છત્રપતિ શિવાજી

શાસક મહારાજ

વિવેક કુમાર પાંડે શંભુનાથ

આ પુસ્તક લખતાં વખતે કોઈ પણ વ્યક્તિ, ધર્મ અને સંસ્કૃતિ ને નુકસાન નથી પહોંચાડ્યું.આ પુસ્તક વાંચવા માટે છે.

સામગ્રી

પ્રસ્તાવના

શાસક મહારાજ છત્રપતિ શિવાજીનો જન્મ 16 ફેબ્રુઆરી 1630 માં ફુસુર ખાતે થયો હતો. શિવાજી ભારતીય રાજા અને મરાઠા હતા. આપણે બધા તેમના કામ અને તેમના સામ્રાજ્ય વિશે જાણીશું. આ પુસ્તક લખતાં વખતે કોઈ પણ વ્યક્તિ, ધર્મ અને સંસ્કૃતિ ને નુકસાન નથી પહોંચાડ્યું.આ પુસ્તક વાંચવા માટે છે.

સ્વીકૃતિઓ

મારું નામ વિવેક કુમાર પાંડે છે અને હું એક લેખક છું, હું સુરત, ગુજરાત માં રહું છું. મારો જન્મ 30 સપ્ટેમ્બર 2002 માં થયો હતો, અને હું બાળપણથી એક્ટર બનવાનું સપનું જોતો હતો અને હજુ પણ જોઉં છું.. હું ક્યારેય વિચારતો નથી કે લોકો શું કરી રહ્યા છે,આજે હું સફળ છું, મારા પિતાના કારણે . આજે મારા પપ્પા મારી સાથે હોય તો તેમણે ખૂબ ખુશી મળતું.મારા પપ્પા હંમેશા મારી સાથે રહેશે. મારા વાસ્તવિક જીવનનો સુપરસ્ટાર અને સુપરહીરો મારા પ્રિય પપ્પા છે. આઈ લવ યુ પપ્પા ,પપ્પાને મારા હાથની ચા ખૂબ ગમતી.

1

છત્રપતિ શિવાજી

છત્રપતિ શિવાજીરાજે ભોસલે (19 ફેબ્રુઆરી 1630 - 3 એપ્રિલ 1680) એક ભારતીય રાજા અને મરાઠા સામ્રાજ્યના સ્થાપક હતા. શિવરાયે બીજાપુરની ક્ષીણ થઈ રહેલી આદિલશાહીમાંથી પોતાનું સ્વતંત્ર રાજ્ય બનાવ્યું અને મરાઠા સામ્રાજ્યની સ્થાપના કરી. એ.ડી. તેઓ 1674 માં રાયગઢ કિલ્લામાં છત્રપતિ તરીકે ઔપચારિક રીતે રાજ્યાભિષેક થયા હતા.

તેમના શાસનકાળ દરમિયાન, શિવાજી મહારાજે મુઘલ સામ્રાજ્ય, ગોવાલકોંડાની કુતુબશાહી, બીજાપુરની આદિલ શાહી અને યુરોપીયન સંસ્થાનવાદી સત્તાઓ સાથે જોડાણ અને દુશ્મનાવટ બંને હતી. છત્રપતિ શિવાજી મહારાજે શિસ્તબદ્ધ સેના અને સુવ્યવસ્થિત વહીવટી તંત્રના બળ પર એક શક્તિશાળી અને પ્રગતિશીલ રાજ્યનું નિર્માણ કર્યું. દરિયાકાંઠાના અને આંતરિક પ્રદેશોમાં કિલ્લાઓનું સમારકામ કરવા ઉપરાંત તેણે ઘણા નવા કિલ્લાઓ પણ બનાવ્યા. શિવરાયે શિસ્તબદ્ધ વહીવટી સંસ્થાઓ સાથે સક્ષમ અને પ્રગતિશીલ નાગરિક સરકારની સ્થાપના કરી. તેમણે પ્રાચીન હિંદુ રાજકીય પરંપરાઓ, કોર્ટ સંમેલનોને પુનર્જીવિત કર્યા.

ભૂપ્રદેશના તેમના ઉત્તમ જ્ઞાન, ચળવળની અદ્ભુત ગતિ અને ગેરિલા કવિતાની ટેકનિક સાથે, તેમણે નાના બળ સાથે શક્તિશાળી મુઘલ અને આદિલ શાહી દળો સામે સફળતાપૂર્વક લડ્યા. તેમણે શાસનમાં પારસીને બદલે મરાઠી અને સંસ્કૃત ભાષાઓના ઉપયોગને પ્રોત્સાહન આપ્યું, જે તે સમયે સામાન્ય હતું. ભારતીય સ્વતંત્રતા સંગ્રામમાં, રાષ્ટ્રવાદી નેતાઓએ શિવાજી મહારાજની શૌર્યગાથાઓનો ઉપયોગ લોકોને એકત્ર કરવા અને તેમનું મનોબળ વધારવા માટે કર્યો હતો.

- **છત્રપતિ શિવાજી મહારાજનું આ ચિત્ર લંડનના બ્રિટિશ મ્યુઝિયમનું છે**

શિવાજી મહારાજનો વારસો નિરીક્ષકો અને સમય પ્રમાણે બદલાય છે. પરંતુ તેમના મૃત્યુ પછી લગભગ બે સદીઓ પછી, તેમણે ભારતીય સ્વતંત્રતા ચળવળના ઉદય સાથે વધુ મહત્વ મેળવવાનું શરૂ કર્યું કારણ કે ઘણા ભારતીય સ્વતંત્રતા સેનાનીઓ તેમને પ્રોટો-નેશનાલિસ્ટ અને હિન્દુ હીરો માનતા હતા. મહારાષ્ટ્રના સામાજિક અને રાજકીય ઇતિહાસમાં શિવાજી મહારાજનો ઘણો પ્રભાવ છે . શિવાજી મહારાજ મરાઠી લોકોની ઓળખનો અભિન્ન અંગ છે . શિવાજી મહારાજનો જન્મદિવસ શિવ જયંતિ તરીકે ઉજવવામાં આવે છે .

19 ફેબ્રુઆરીના રોજ પુણે જિલ્લામાં જુન્નર શહેરની નજીક આવેલ શિવનેરી પહાડી કિલ્લો. છત્રપતિ શિવાજી મહારાજનો જન્મ 1630માં થયો હતો. છત્રપતિ શિવાજી મહારાજની ચોક્કસ જન્મતારીખને લઈને ઇતિહાસકારોમાં મતભેદ છે. મહારાષ્ટ્ર રાજ્ય સરકારે 2001માં ફાલ્ગુન વદ્ય તૃતીયા શક 1551 (શુક્રવાર, ફેબ્રુઆરી 19, 1630)ને શિવરાયની જન્મ તારીખ તરીકે સ્વીકારી હતી. અન્ય સંભવિત તારીખોમાં જન્મ તારીખ તરીકે 6 એપ્રિલ 1627 (વૈશાખ શુદ્ધ તૃતીયા)નો સમાવેશ થાય છે. મહારાષ્ટ્ર સરકારે શિવાજી મહારાજ (શિવાજી જયંતિ) ના જન્મની યાદમાં 19 ફેબ્રુઆરીને રજા તરીકે સૂચિબદ્ધ કરી છે.

શિવાજી મહારાજનું નામ શિવાયના નામ પરથી રાખવામાં આવ્યું હતું. એક દંતકથા અનુસાર, જીજાબાઈએ શિવનેરી કિલ્લામાં શિવાઈ દેવીને બળવાન પુત્ર આપવા માટે પ્રાર્થના કરી ત્યારથી છોકરાનું નામ 'શિવાજી' રાખવામાં આવ્યું હતું. શિવરાયના પિતા શાહજીરાજે ભોંસલે મરાઠા સેનાપતિ હતા જેમણે ડેક્કન સલ્તનતની સેવા કરી હતી . તેમની માતા જીજાબાઈ હતી, જે સિંદખેડના લખુજી જાધવરાવની પુત્રી હતી . જાધવ દેવગીરીના યાદવ વંશના વંશનો દાવો કરતા મુઘલ-સંબંધિત સરદારો હતા. શિવાજી મહારાજના જન્મ સમયે, ડેક્કન સામ્રાજ્ય ત્રણ ઇસ્લામિક સલ્તનતમાં વહેંચાયેલું હતું: બીજાપુર , અહમદનગર અને ગોવાલકોંડા . શાહજીરાજે અહમદનગરની નિઝામશાહી , બીજાપુરની આદિલશાહી અને મુઘલો વચ્ચે સમયાંતરે તેમની નિષ્ઠા બદલી ; પરંતુ તેણે હંમેશા પૂણેને પોતાની રાજધાની તરીકે રાખ્યું અને પોતાની એક નાની સેના જાળવી રાખી.

શિવાજી મહારાજ મરાઠા પરિવારના હતા અને ભોસલે કુળના હતા. તેમના દાદા માલોજી (1552-1597) અહમદનગર સલ્તનતના પ્રભાવશાળી સેનાપતિ હતા અને તેમને "રાજા"નું બિરુદ આપવામાં આવ્યું હતું. તેમને લશ્કરી ખર્ચ માટે પુણે, સુપે, ચાકણ અને ઈન્દાપુરના દેશમુખ અધિકારો આપવામાં આવ્યા હતા .

તેમને તેમના પરિવારના રહેઠાણ માટે શિવનેરી કિલ્લો પણ આપવામાં આવ્યો હતો (સી. 1590).

- **પૃષ્ઠભૂમિ અને સંદર્ભ**

એ.ડી. 1636 માં, બીજાપુરની આદિલ શાહી સલ્તનતે દક્ષિણના રાજ્યો પર આક્રમણ કર્યું. સલ્તનત તાજેતરમાં મુઘલ સામ્રાજ્યનું રાજ્ય બની ગયું હતું. શાહજી રાજા તે સમયે પશ્ચિમ ભારતના પહાડી પ્રદેશમાં સરદાર હતા અને તેમણે આદિલ શાહીને ટેકો આપ્યો હતો. શાહજી રાજા જીતેલા પ્રદેશોમાં જાગીરોને ઈનામ આપવાની તકો શોધી રહ્યા હતા , જેમાંથી તે વાર્ષિક કર વસૂલ કરી શકે. શાહજી મુઘલોના બળવાખોર લડવૈયા હતા. બીજાપુર સરકારના ટેકાથી શાહજીરાજાનું મુઘલો સામેના અભિયાનો સામાન્ય રીતે અસફળ રહ્યા હતા. મુઘલ સૈન્ય દ્વારા તેમનો સતત પીછો કરવામાં આવતો હતો અને શિવાજી મહારાજ અને માતા જીજાબાઈએ સતત એક કિલ્લાથી બીજા કિલ્લામાં જવું પડતું હતું.

1636 માં, શાહજીરાજા બીજાપુરની સેવામાં જોડાયા અને તેમને પુણેની જહાગીરી આપવામાં આવી. શાહજીરાજે પાછળથી તુકાબાઈ સાથે ફરીથી લગ્ન કર્યા. જીજાબાઈ નાના શિવાજીરાજ સાથે પુનામાં રહેવા આવ્યા. તુકાબાઈ અને શાહજીરાજેના પુત્રો, એકોજી ભોસલે (વેંકોજી ભોસલે) એ પાછળથી વર્તમાન તામિલનાડુમાં તંજાવુર ખાતે તેમનું રાજ્ય સ્થાપ્યું .

જીજાબાઈ શિવાજી મહારાજ સાથે પુણેમાં સ્થાયી થયા. તે સમયે બીજાપુરી શાસક આદિલ શાહે શાહજી રાજાને બેંગ્લોરમાં મૂક્યા હતા અને દાદાજી કોંડદેવને વહીવટદાર તરીકે નિયુક્ત કર્યા હતા. 1647માં કોંડદેવનું અવસાન થયું અને શિવરાયે સત્તા સંભાળી. તેમના પ્રથમ અભિયાને બીજાપુરી સરકારને સીધો પડકાર ફેંક્યો હતો.

જીજાબાઈ પુના રહેવા ગયા ત્યારે પૂનાની હાલત ખૂબ જ ખરાબ હતી. પછી જીજાબાઈએ છોટે શિવાજીરાજ અને કારભારીના હાથે પૂણેના એક ખેતરમાં પ્રતીક હેઠળ સોનાથી મઢેલું હળ ફેરવીને પૂનાને પુનઃસ્થાપિત કરવાનું શરૂ કર્યું. જીજાબાઈએ શિવાજી રાજાને તેમના બાળપણ દરમિયાન અને તેમના પુખ્તાવસ્થા પછી પણ (જેમ કે જ્યારે તેઓ મોટા થઈ રહ્યા હતા ત્યારે સિંહના કિલ્લા પર સવારી કરવી) દ્રઢ માર્ગદર્શન પૂરું પાડ્યું હતું. કેટલાક ઇતિહાસકારો માને છે કે જીજાબાઈએ મહારાજા શિવાજીને હિંદુ સ્વરાજ્યની સ્થાપનાના તેમના સ્વપ્નને સાકાર કરવા પ્રેરણા આપી હતી.

• જીજાબાઈ અને બાળ શિવાજી

એ.ડી. 1646 માં, 16 વર્ષીય શિવરાયે સુલતાનની માંદગીને કારણે બીજાપુર દરબારમાં સર્જાયેલી ગરબડનો લાભ લીધો, અને ત્યાંથી મળેલા મહાન ખજાનાનો કબજો મેળવ્યો. પછીના બે વર્ષોમાં શિવરાયે પુણે નજીકના ઘણા મહત્વના કિલ્લાઓ કબજે કર્યા. તેમાં પુરંધર, કોંધના અને ચાકનનો સમાવેશ થાય છે. ઉપરાંત તેઓએ સુપે, બારામતી અને ઈન્દાપુરના સ્થળો સીધા કબજે કર્યા હતા. તેણે તોરંગગઢની સામે મુરુમ્બદેવની ટેકરી જીતી અને તેનું સમારકામ કરીને તેનું નામ રાજગઢ રાખ્યું. આ માટે તેણે તોરણમાં મળેલા ખજાનાનો ઉપયોગ કર્યો. રાજગઢ એક દાયકા કરતાં વધુ સમય સુધી તેમની રાજધાની હતી. આ પછી શિવાજી મહારાજ કોંકણ તરફ વળ્યા અને મહત્વપૂર્ણ શહેર કલ્યાણ પર કબજો કર્યો. બીજાપુર સરકારે આ ઘટનાઓની નોંધ લઈને પગલાં લેવાનો નિર્ણય કર્યો. 25 જુલાઈ 1648ના રોજ, શાહજી રાજાને શિવાજી મહારાજને પકડવાના પ્રયાસમાં બીજાપુર સરકારના આદેશ પર બાજી ઘોરપડે નામના સાથી મરાઠા સરદાર દ્વારા કેદ કરવામાં આવ્યા હતા.

ઈ.સ. 1649 - 1655 ની વચ્ચે શિવરાયે તેમના વિજયોમાં વિરામ લીધો અને શાંતિથી તેમના લાભોને એકીકૃત કર્યા. તેમના પિતાની મુક્તિ પછી, શિવાજી મહારાજે ફરી હુમલાઓ શરૂ કર્યા અને 1656માં, વિવાદાસ્પદ સંજોગોમાં, બીજાપુરના સાથી મરાઠા સામંત સ્વામી ચંદ્રરાવ મોરેની હત્યા કરી અને તેમની પાસેથી હાલના મહાબળેશ્વરના હિલ સ્ટેશન નજીક આવેલી જાવલી ખીણ કબજે કરી. ભોસલે અને વધુ પરિવારો ઉપરાંત સાવંતવાડીના સાવંતો, મુધોલના ઘોરપડેસ, ફલટનનિમ્બાલકર, શિર્કે, માને અને મોહિતે સહિત ઘણાએ બીજાપુરની આદિલશાહીની સેવા કરી, ઘણાએ દેશમુખી અધિકારો સાથે કામ કર્યું. આ શક્તિશાળી પરિવારોને વશ કરવા માટે, શિવરાયે વિવિધ યુક્તિઓ અપનાવી હતી જેમ કે વૈવાહિક જોડાણો બનાવવા, દેશમુખોને પરાસ્ત કરવા માટે ગામના પાટલા સાથે સીધો વ્યવહાર કરવો અથવા તેમની સાથે લડવું. શાહજી રાજા તેમના પછીના વર્ષોમાં તેમના પુત્ર પ્રત્યે દ્વિધાભર્યા રહ્યા અને તેમની બળવાખોર પ્રવૃત્તિઓને નાપસંદ કરી. તેણે બીજાપુરીઓને શિવાજી સાથે ગમે તે કરવા કહ્યું. શાહજી રાજાનું 1664-1665માં શિકાર અકસ્માતમાં મૃત્યુ થયું હતું.

• અફઝલ ખાન સાથે લડાઈ

બીજાપુર સલ્તનત શિવાજી મહારાજ દ્વારા થયેલા નુકસાનથી નારાજ હતી . મુઘલો સાથે શાંતિ સંધિ અને બીજા સુલતાન તરીકે તરુણ અલી આદિલ શાહની સામાન્ય સ્વીકૃતિ પછી , બીજાપુરની સરકાર વધુ સ્થિર બની અને તેનું ધ્યાન શિવાજી મહારાજ તરફ વળ્યું. 1657માં સુલતાન, અથવા તેની માતા અને શાસને, શિવાજી મહારાજની ધરપકડ કરવા માટે એક પીઢ સેનાપતિ અફઝલ ખાનને મોકલ્યો. શિવાજી મહારાજ પર આગળ વધતા પહેલા, બીજાપુરી દળોએ તુલજા ભવાની મંદિરને અપવિત્ર કર્યું, જે શિવાજી મહારાજના પરિવારનું પવિત્ર સ્થળ હતું, અને પંઢરપુર ખાતેના વિઠ્ઠલ મંદિર , જે હિન્દુઓનું મુખ્ય તીર્થસ્થાન હતું .

બીજાપુરી સેના દ્વારા પીછો કર્યા પછી, શિવાજી મહારાજ પ્રતાપગઢ કિલ્લામાં ગયા, જ્યાં તેમના ઘણા સાથીદારોએ તેમને આત્મસમર્પણ કરવા દબાણ કર્યું. જ્યારે અફઝલ ખાન વાય નજીક આવ્યો, ત્યારે શિવાજીએ હાલના મહાબળેશ્વર નજીકના પ્રતાપગઢથી તેનો મુકાબલો કરવાનું નક્કી કર્યું . બંને સેનાઓએ એકબીજાને રોક્યા. જ્યારે શિવાજી મહારાજ ઘેરો તોડી શક્યા ન હતા, ત્યારે અફઝલ ખાન પાસે શક્તિશાળી ઘોડેસવાર હોવા છતાં ઘેરાબંધીના સાધનોનો અભાવ હતો . તેથી તે પણ કિલ્લો લેવામાં અસમર્થ હતો. બે મહિના પછી, અફઝલ ખાને કિલ્લાની બહાર એક ખાનગી બેઠક માટે વાટાઘાટો કરવા શિવાજી મહારાજને એક દૂત મોકલ્યો. સંધિની વાટાઘાટો શરૂ થઈ અને અફઝલ ખાને આગ્રહ કર્યો કે શિવાજી મહારાજ પોતે અંતિમ વાટાઘાટો માટે આવે. પરંતુ શિવાજીરાજના વકીલ (પંતાજી ગોપીનાથ બોકિલ)એ અફઝલ ખાનને ઘેરી લીધો અને તેને પ્રતાપગઢમાં જ મળવા આમંત્રણ આપ્યું.

10 નવેમ્બર, 1659 ના રોજ, બંને પ્રતાપગઢ કિલ્લાની તળેટીમાં એક શિબિરમાં મળ્યા હતા . નક્કી કરવામાં આવ્યું કે દરેક વ્યક્તિએ માત્ર એક જ તલવાર સાથે સજ્જ થવું જોઈએ અને માત્ર એક જ અનુયાયી હાજર રહે.શિવાજી મહારાજને શંકા હતી કે અફઝલ ખાન તેમની ધરપકડ કરશે અથવા તો તેમના પર હુમલો કરશે. એક દાયકા અગાઉ, ખાને આવી જ એક મુલાકાત દરમિયાન એક હિંદુ સરદારને કેદ કર્યો હતો. તેથી, સાવચેતી તરીકે, તેઓએ બખ્તર પહેર્યું અને તેમની સાથે બિચાવા અને વાઘના પંજા રાખ્યા . બિચા બખ્તરમાં છુપાયેલું હતું જ્યારે ડાબા હાથ પર વાઘનો પંજો હાથના પંજાની અંદર છુપાયેલો હતો તેથી તે દેખાતો ન હતો. આ સાથે તેણે જમણા હાથમાં ખંજર લીધું.

શિવાજી મહારાજની સાથે જીવા મહાલા હતા, જે એક વિશ્વાસુ સરદાર હતા, જ્યારે અફઝલ ખાનની સાથે તે સમયના જાણીતા ઉદ્યોગપતિ સૈયદ બંદા હતા.હતી મુલાકાત દરમિયાન ઉંચાપુરાના બલદંદ અફઝલ ખાન શિવાજી

મહારાજને ભેટી પડ્યા અને શિવાજી રાજના જીવનનો અંત આવ્યો. તે જ સમયે અફઝલ ખાને શિવાજી મહારાજ પર ખંજર વડે હુમલો કર્યો પરંતુ શિવાજી રાજ તેમના બખ્તરના કારણે બચી ગયા. અફઝલ ખાનની દગાખોરી જોઈને શિવાજી રાજાએ ખાનના પેટમાં વાઘ દાખલ કર્યો. તે જ સમયે ચાહુમાં અફઝલ ખાનના મૃત્યુની બૂમો ફેલાઈ ગઈ. સૈયદ બંદાએ તરત જ શિવાજી પર દંડપટ્ટી વડે હુમલો કર્યો , જેને ઝડપી જીવા મહેલે પોતાના પર પકડી લીધો અને શિવાજીરાજનો જીવ બચાવ્યો. આ જ કારણ છે કે " હોતા જીવા કે વચલા શિવ " કહેવત પ્રચલિત થઈ.

મુલાકાતના પ્રસંગે પ્રતાપગઢ પરથી પૂર્વ-આયોજિત ચેતવણી પર ત્રણ તોપો છોડવામાં આવી હતી , અને ખાનના છાવણીની નજીકની ઝાડીઓમાં છુપાયેલા માવલાઓએ ખાનની સેના પર હુમલો કર્યો હતો. ખાનના પુત્ર ફઝલ ખાન અને અન્ય કેટલાક સરદારો લપ્તલપત વાયના મુખ્ય છાવણીમાં આવ્યા . અહીં અન્નફ્ટનો જાન હતો . તેઓ ખજાનો, હાથીઓ અને અન્ય ભારે સામાન છોડીને નેતાજીની પીછો કરી રહેલી સેનાથી બચવા માટે બીજાપુર ભાગી ગયા .

10 નવેમ્બર 1659ના રોજ પ્રતાપગઢના યુદ્ધમાં શિવાજી મહારાજની સેનાએ બીજાપુર સલ્તનતની સેનાને નિર્ણાયક રીતે હરાવ્યું હતું. બીજાપુરની સેનાના 3,000 થી વધુ સૈનિકો માર્યા ગયા અને એક સરદાર, અફઝલ ખાનના બે પુત્રો અને બે મરાઠા સરદારોને પકડવામાં આવ્યા. વિજય પછી, શિવરાયે પ્રતાપગઢની નીચે ભવ્ય સમીક્ષા હાથ ધરી હતી. પકડાયેલા દુશ્મનોના અધિકારીઓ અને સામાન્ય લોકો બંનેને મુક્ત કરવામાં આવ્યા હતા અને પૈસા, ખોરાક અને અન્ય ભેટો સાથે તેમના ઘરે પાછા મોકલવામાં આવ્યા હતા. મરાઠાઓને તેમના પ્રદર્શન પ્રમાણે ઈનામો આપવામાં આવ્યા હતા.

અફઝલ ખાનના મૃત્યુ પછી, તેણે તેના મૃતદેહનો ઇસ્લામિક રીતે અગ્નિસંસ્કાર કર્યો અને તેના માટે પ્રતાપગઢના પાયા પર એક કબર બનાવી અને કબરની કાયમી જાળવણીની વ્યવસ્થા કરી. અફઝલ ખાનના મૃત્યુ પછી, શિવાજી રાજે કોંકણ પટ્ટામાં વધુ કિલ્લાઓ અને પ્રદેશો જીતવા માટે ડોરોજી નામના એક લડાયકને મોકલ્યો . શિવરાયે પોતે કોલ્હાપુરા ગયા અને પન્હાલા જીતી લીધું . આધુનિક સમયમાં, અફઝલ ખાનના મૃત્યુના આ દિવસને શિવ પ્રતાપ દિવસ તરીકે ઉજવવામાં આવે છે.

- પન્હાલાની ઘેરાબંધી

બીજાપુરી સૈન્યને હરાવીને, શિવાજી મહારાજની સેનાએ કોંકણ અને કોલ્હાપુર તરફ કૂચ કરી, પન્હાલા કિલ્લા પર કબજો કર્યો અને 1659માં રૂસ્તમ ઝમાન અને ફઝલ ખાનની આગેવાની હેઠળ મોકલવામાં આવેલ બીજાપુરી સૈન્યને હરાવી. 1660માં આદિલ શાહે તેના સેનાપતિ સિદ્દી જૌહરને મુઘલો સાથે જોડાણમાં મોકલ્યો. મુઘલ સેના ઉત્તર તરફથી હુમલો કરશે જ્યારે સિદ્દી જૌહર દક્ષિણ સરહદ પર હુમલો કરશે. તે સમયે શિવાજી મહારાજ તેમની સેના સાથે પન્હાલા કિલ્લામાં પડાવ નાખતા હતા. 1660 ના દાયકાના મધ્યભાગમાં, સિદ્દી જૌહરના દળોએ પન્હાલાને ઘેરો ઘાલ્યો અને કિલ્લાનો સપ્લાય માર્ગ કાપી નાખ્યો.

સિદ્દી જોહરે પન્હાલા ખાતે ગોળીબાર દરમિયાન રાજાપુર ખાતે અંગ્રેજો પાસેથી ગ્રેનેડ ખરીદીને પોતાની કાર્યક્ષમતા વધારી. કિલ્લા પર બોમ્બમારો કરવામાં મદદ કરવા માટે કેટલાક અંગ્રેજ તોપખાનાઓને કામે લગાડવામાં આવ્યા હતા. આ સમયે અંગ્રેજો દ્વારા ઉપયોગમાં લેવાતા ધ્વજને આગવી રીતે ફરકાવવામાં આવ્યો હતો. અંગ્રેજોના આ વિશ્વાસઘાતને જ્યારે શિવનારાયણ સમજી ગયા ત્યારે તેમને ગુસ્સો આવ્યો. તેણે ડિસેમ્બરમાં રાજાપુરમાં એક અંગ્રેજી ફેક્ટરીને લૂંટીને બદલો લીધો અને ચાર અંગ્રેજોને પકડી લીધા અને 1663ના મધ્ય સુધી તેમને જેલમાં રાખ્યા.

મહિનાઓના ઘેરાબંધી પછી, શિવાજી મહારાજે સિદ્દી જૌહર સાથે વાટાઘાટો કરી અને 22 સપ્ટેમ્બર 1660ના રોજ વિશાલગઢ તરફ પીછેહઠ કરી અને કિલ્લો શરણે કર્યો, 1673માં મહારાજાએ પન્હાલા કિલ્લા પર ફરીથી કબજો કર્યો.

• **પવનખીંડીનું યુદ્ધ**

શિવાજી મહારાજ રાત્રિ દરમિયાન પન્હાલામાંથી ભાગી ગયા અને દુશ્મન અશ્વદળ દ્વારા તેમનો પીછો કરવામાં આવ્યો, બાંદલ દેશમુખના મરાઠા સરદાર બાજી પ્રભુ દેશપાંડેએ 300 સૈનિકો સાથે ઘોડખિંડ ખાતે દુશ્મનને રોકવા માટે મૃત્યુ સુધી લડવા માટે સ્વૈચ્છિક સેવા આપી. આનાથી શિવાજી મહારાજ અને બાકીની સેનાને વિશાલગઢ કિલ્લા સુધી સુરક્ષિત રીતે પહોંચવાની તક મળી.

પાવનખિંડના યુદ્ધમાં, શિવાજી મહારાજને બચવાનો સમય મળ્યો હતો કારણ કે નાના મરાઠા સૈન્યએ મોટા દુશ્મનને રોકી રાખ્યું હતું. 13 જુલાઈ 1660 ની સાંજે, બાજી પ્રભુ દેશપાંડે ઘાયલ થયા હતા પરંતુ વિશાલગઢથી તોપનો અવાજ ન આવે ત્યાં સુધી લડતા રહ્યા. તોપનો અવાજ એ વાતનો સંકેત હતો કે શિવાજી મહારાજ સુરક્ષિત રીતે કિલ્લા પર પહોંચી ગયા હતા. બાજીપ્રભુ દેશપાંડે

, શિબો સિંહ જાધવ, ફૂલોજી અને ત્યાં લડનારા અન્ય તમામ સૈનિકોના માનમાં ધોડ ખિંડનું નામ બદલીને પવન ખિંડ ("પવિત્ર પાસ") રાખવામાં આવ્યું.

• મુઘલ સામ્રાજ્ય સાથે સંઘર્ષ

શિવાજી મહારાજે 1657 સુધી મુઘલ સામ્રાજ્ય સાથે શાંતિપૂર્ણ સંબંધો જાળવી રાખ્યા હતા. જ્યારે મુઘલ સમ્રાટનો પુત્ર ઔરંગઝેબ દક્કનનો સુબાદાર હતો, ત્યારે શિવાજી મહારાજે બીજાપુરને જીતવા માટે તેમની મદદની ઓફર કરી હતી. આના બદલામાં, તેઓ શિવરાયના નિયંત્રણ હેઠળના બીજાપુરી કિલ્લાઓ અને ગામો પરના તેમના અધિકારોને સ્વીકારવા માંગતા હતા. મુઘલ પ્રતિસાદથી અસંતુષ્ટ અને બીજાપુર તરફથી સારી ઓફર મળતા તેણે મુઘલ ડેક્કન પર હુમલો કર્યો. મુઘલો સાથે શિવાજી મહારાજનો સંઘર્ષ માર્ચ 1657માં શરૂ થયો, જ્યારે તેમના બે અધિકારીઓએ અહેમદનગર નજીકના મુઘલ પ્રદેશ પર દરોડા પાડ્યા. આ પછીજુન્નરમાં દરોડો પાડવામાં આવ્યો હતો. આમાં શિવાજી મહારાજે 300,000 થી વધુ રોકડ અને 200 ઘોડા લીધા હતા. ઔરંગઝેબે નાસિરી ખાનને મોકલીને આ દરોડાનો જવાબ આપ્યો. નાસિરી ખાને અહમદનગર ખાતે મરાઠી સૈન્યને હરાવ્યું. જો કે, ઔરંગઝેબનો શિવ સામેનો પ્રતિકાર ચોમાસા અને બાદશાહ શાહજહાંની માંદગીને પગલે મુઘલ સિંહાસન માટે તેના ભાઈઓ સાથે ઉત્તરાધિકારની લડાઈ દ્વારા વિક્ષેપિત થયો હતો.

• શાહિસ્તેખાન અફેર

ઔરંગઝેબ, જે હવે મુઘલ સમ્રાટ છે, તેણે જાન્યુઆરી 1660માં બીજાપુરની મોટી બેગમની વિનંતી પર તેના મામા શાહિસ્તે ખાનને શિવાજી મહારાજ પર 150,000 સૈનિકો અને શક્તિશાળી તોપખાના સાથે હુમલો કરવા મોકલ્યો હતો. ખાન સિદ્દી જોહરના આદેશ હેઠળ બીજાપુરની સેના સાથે હતો. શાયસ્તાખાને તેની 80,000 સુસજ્જ સેના સાથે પુણે પર કબજો કર્યો. તેણે નજીકના ચાકણનો કિલ્લો લીધો. કિલ્લાની દિવાલોમાં ભંગ થાય તે પહેલા તેને દોઢ મહિના સુધી ઘેરી લેવામાં આવ્યો હતો. શાઇસ્તા ખાને કેટલાક મરાઠા પ્રદેશ પર આક્રમણ કરવા માટે મોટી, સારી જોગવાઈવાળી અને ભારે સશસ્ત્ર મુઘલ સેનાનો લાભ લીધો હતો. તેમણે પુણે શહેરતેણે આને કબજે કર્યું અને લાલ મહેલમાં શિવાજી મહારાજના મહેલને પોતાનું નિવાસસ્થાન બનાવ્યું.

5 એપ્રિલ 1663 ની રાત્રે, શિવરાયે શાયસ્તાખાનાની છાવણી પર એક હિંમતવાન રાત્રિ હુમલો કર્યો. શિવાજી મહારાજ 400 માણસો સાથે લાલ મહેલમાં પ્રવેશ્યા અને લાલ મહેલ પાસેથી લગ્નની સરઘસ પસાર થઈ. મહેલના દરેક ખૂણે-ખૂણાને જાણીને, શિવાજી મહારાજ ટૂંક સમયમાં શાહિસ્તે ખાનના શયનખંડમાં પ્રવેશ્યા. ત્યાં સુધીમાં શાહિસ્તે ખાન મહેલમાં ક્યાંક ઝપાઝપીથી જાગી ગયો હતો અને શિવાજી રાજને પોતાની સામે જોઈને ખાને પોતાનો જીવ બચાવવા બારીમાંથી સીધો નીચે કૂદી પડ્યો હતો. ખાનની ત્રણ આંગળીઓ જીવ લેવાને બદલે કપાઈ ગઈ હતી કારણ કે શિવાજી મહારાજ એક ઝડપી ફટકો ચૂકી ગયા હતા. હુમલામાં શાઇસ્તા ખાનનો પુત્ર, તેની ઘણી પત્નીઓ, નોકરો અને સૈનિકો માર્યા ગયા હતા. ખાને પૂણેની બહાર મુઘલ સેના સાથે આશ્રય લીધો. આ અપમાનજનક હારની સજા તરીકે, ઔરંગઝેબે શાહિસ્તે ખાનને બંગાળમાં સ્થાનાંતરિત કર્યો. 1664 માં શિવાજી મહારાજે શાઇસ્તા ખાનના હુમલાનો બદલો લેવા અને હવે ખાલી પડેલી તિજોરીને ભરવા માટે બંદર શહેર અને સમૃદ્ધ મુઘલ વેપાર કેન્દ્રને લૂંટી લીધું.

• **સુરતની પ્રથમ લૂંટ**

એ.ડી. 1664 _ સતત યુદ્ધો અને તિજોરી ખાલી થવાને કારણે શિવાજી ચિંતિત હતા. આનાથી મુઘલો કે અન્ય સુલતાનોને બહુ તકલીફ ન પડી. રાજાશાહી અન્યાયી કર વસૂલવામાં કે લોકો પાસેથી ખંડણી વસૂલવામાં અચકાતી ન હતી. ઘણા દિવસોની અશાંતિ પછી આખરે શિવાજીરાજે એક ઉકેલ શોધી કાઢ્યો જે ઇતિહાસમાં જાણીતી સુરતની પ્રથમ લૂંટ હતી. આજના ગુજરાત રાજ્યમાં સુરત શહેર તત્કાલીન મુઘલ સામ્રાજ્યમાં હતું અને વેપારને કારણે સૌથી ધનિક શહેરોમાંનું એક ગણાતું હતું. સુરત શહેરની લૂંટથી બે બાબતો હાંસલ થઈ, એક મુઘલ સત્તા માટે પડકાર અને રાજ્યની તિજોરીમાં વધારો. ભારતમાં લૂંટનો ઇતિહાસ ખૂબ જ લોહિયાળ અને વિનાશક છે. તે પૃષ્ઠભૂમિ સામે, સુરતની લૂંટ સંપૂર્ણપણે અલગ લાગે છે. શિવાજી રાજાના આદેશ મુજબ સ્ત્રીઓ, બાળકો અને વૃદ્ધોને તેમના વાળને સ્પર્શ કર્યા વિના પણ લૂંટવામાં આવ્યા હતા. મસ્જિદો, ચર્ચો જેવા ધર્મસ્થાનો પણ લૂંટફાટથી સુરક્ષિત હતા.

• **પુરંદરની સંધિ**

શાહિસ્તે ખાન અને સુરત પરના હુમલાઓથી ઔરંગઝેબ ગુસ્સે ભરાયો હતો . જવાબમાં તેણે રાજપૂત મિરઝારાજા જય સિંહ I ને લગભગ 15,000 ની સેના સાથે શિવાજી મહારાજને હરાવવા મોકલ્યા. 1665માં જયસિંહના દળોએ શિવાજી મહારાજ પર દબાણ કર્યું. જયસિંહના ઘોડેસવારોએ દેશભરમાં તબાહી મચાવી દીધી અને તેમની સેનાએ મહારાજાના કિલ્લાઓને ઘેરી લીધા. આ મુઘલ સેનાપતિ શિવાજી મહારાજના ઘણા અગ્રણી સેનાપતિઓ અને તેમના ઘણા અશ્વદળને મુઘલ સેવામાં આકર્ષવામાં સફળ થયા. 1665ના મધ્ય સુધીમાં, જયસિંહે પુરંદરના કિલ્લાને ઘેરી લીધો , અને કિલ્લો તેના અંતની નજીક હોવાથી, શિવરાયને જયસિંહ સાથે સંધિ કરવાની ફરજ પડી.

11 જૂન 1665ના રોજ શિવાજી મહારાજ અને જયસિંહ વચ્ચેની પુરંદરની સંધિમાં , શિવાજી 23 કિલ્લાઓ છોડવા, 12 પોતાના માટે રાખવા અને મુઘલોને 400,000 સોનાના હુણનું વળતર ચૂકવવા સંમત થયા. શિવરાયે મુઘલ સામ્રાજ્યના ગેરન્ટર બનવા અને તેમના પુત્ર સંભાજિને 5,000 ઘોડેસવારો સાથે દક્કનમાં મુઘલો સામે લડવા માટે મનસબદાર તરીકે મોકલવા સંમત થયા .

• ઔરંગઝેબના દરબારમાં શિવાજી

1666માં, ઔરંગઝેબે શિવાજી રાજાને તેના નવ વર્ષના પુત્ર સંભાજિ સાથે આગ્રા બોલાવ્યા (કેટલાક દસ્તાવેજો અનુસાર તેને દિલ્હી બોલાવવામાં આવ્યો હતો .) ઔરંગઝેબે રાજાને કંદહાર , જે હવે અફઘાનિસ્તાનમાં છે, મોગલની ઉત્તરપશ્ચિમ સરહદને મજબૂત કરવા મોકલવાની યોજના બનાવી હતી . સામ્રાજ્ય _ જો કે, 12 મે 1666ના રોજ દરબારમાં, શિવરાયને પ્રમાણમાં જુનિયર સરદારોની સાથે મૂકવામાં આવ્યા હતા. આમાંના કેટલાકને તેણે યુદ્ધમાં પહેલાથી જ હરાવ્યા હતા. આ અપમાનને કારણે શિવાજી મહારાજ દરબાર છોડી દીધો. આના કારણે તેની તાત્કાલિક અટકાયત કરવામાં આવી. જયસિંહના પુત્ર રામ સિંહે શિવાજી અને તેમના પુત્રની કસ્ટડીની ખાતરી આપી.

શિવાજી મહારાજ માટે નજરકેદની સ્થિતિ જોખમી હતી, કારણ કે ઔરંગઝેબના દરબારમાં ચર્ચા ચાલી રહી હતી કે શિવરાયને મારવા કે તેમને કામ પર રાખવા. જયસિંહે શિવાજી રાજને તેમની અંગત સુરક્ષાની ખાતરી આપી હતી. તેથી તેણે ઔરંગઝેબના નિર્ણયને પ્રભાવિત કરવાનો પ્રયાસ કર્યો.દરમિયાન, શિવાજી રાજે પોતાને મુક્ત કરવાની યોજના ઘડી. તેણે તેના મોટાભાગના માણસોને ઘરે પાછા મોકલ્યા અને રામ સિંહને પોતાની અને તેના પુત્રની સલામતી માટે સમ્રાટને આપેલી ખાતરી પાછી ખેંચી લેવા અને પોતાને

મુઘલ સૈન્યમાં સમર્પણ કરવા કહ્યું. શિવાજિ રાજાએ પછી બીમાર હોવાનો ઢોંગ કર્યો અને તપસ્યા તરીકે બ્રાહ્મણો અને ગરીબોને મીઠાઈઓથી ભરેલા મોટા બોક્સ મોકલવાનું શરૂ કર્યું .શરૂઆતમાં ચોકીદારોએ દરેક આગની તપાસ કરી. પરંતુ થોડા દિવસો પછી તે શિથિલ થવા લાગ્યો. બાદમાં તેઓએ તપાસ કરવાનું બંધ કરી દીધું હતું. 17 ઓગસ્ટ 1666 ના રોજ, શિવાજિ મહારાજ પોતે એક મોટી ટોપલીમાં બેઠા અને સંભાજિ બીજી ટોપલીમાં ભાગીને આગ્રા છોડી ગયા .

કોઈપણ શંકાને ટાળવા માટે, હિરોજિ ફરઝંદ , શિવાજિ રાજના વિશ્વાસુ, શિવાજિના કપડાં ફોલ્ડ કરીને અને તેમના હાથ બહાર ચોંટાડીને સૂવાનો ડોળ કરી રહ્યા હતા જેથી તેમની વીંટી જોઈ શકાય. જ્યારે તેને ખાતરી થઈ કે શિવરાય દૂર સુધી પહોંચી ગયા છે, ત્યારે તે પણ રક્ષકોને ટાળીને ભાગી ગયો. લાંબા સમય સુધી રક્ષકોને અંદર કોઈ હિલચાલનો અહેસાસ થયો અને જ્યારે તેઓ અંદર ગયા અને ત્યાં કોઈ ન મળ્યું, ત્યારે તેમને સાચી પરિસ્થિતિનો ખ્યાલ આવ્યો. ત્યાં સુધીમાં શિવાજિ નાસી છૂટ્યાને 24 કલાક થઈ ગયા હતા.

આગ્રાથી, શિવાજિ રાજાએ પોતાનો વેશ ધારણ કર્યો અને સ્વરાજ્ય તરફ આગળ વધવાને બદલે, મથુરા તરફ આગળ વધ્યા, જ્યાં તેમણે બીજા કેટલાક વિશ્વાસુ માણસો સાથે સંભાજિને અલગ માર્ગે મોકલ્યા. સંન્યાસીના વેશમાં મહારાષ્ટ્રમાં પ્રવેશ કર્યો. તેમાં પણ તેઓએ ઘણી સાવચેતી રાખવાની હતી. તે પોતે ખૂબ લાંબા અને ત્રાંસી, વાંકાચૂકા માર્ગે ફ્લોરથી ફ્લોર સુધી ચાલ્યા. ઉદ્દેશ્ય ફરી ઔરંગઝેબના હાથમાં ન આવે એનો હતો. બીજી એક વાત નોંધપાત્ર છે. તેમની દિલ્હીની મુલાકાત પહેલાં, તેમણે શાસન માટે સ્થાપેલી આઠ કાઉન્સિલ, રાજાની ગેરહાજરીમાં પણ રાજ્યનું કાર્યક્ષમ રીતે સંચાલન કરતી હતી. શિવાજિ રાજ અને અષ્ટપ્રધાનમંડળની આ મોટી સફળતા છે.

• મુઘલો સાથે શાંતિ

શિવરાયની મુક્તિ પછી, મુઘલ સરદાર જસવંત સિંહે શિવાજિ મહારાજ અને ઔરંગઝેબ વચ્ચે નવા શાંતિ પ્રસ્તાવ માટે મધ્યસ્થી તરીકે કામ કર્યું . તે પછી મુઘલો સાથેની દુશ્મનાવટ શમી ગઈ. 1666 અને 1668 ની વચ્ચે, ઔરંગઝેબે શિવરાયને રાજાનું બિરુદ આપ્યું. તેમજ સંભાજિને ફરી એકવાર 5,000 ઘોડાઓ સાથે મુઘલ મનસબદાર બનાવવામાં આવ્યા હતા. તે સમયે શિવાજિ રાજાએ સેનાપતિ પ્રતાપરાવ ગુજર સાથે સંભાજિને ઔરંગાબાદ ખાતે મુઘલ સુબેદાર મુઅઝ્ઝમ (બહાદુર શાહ I) હેઠળ સેવા આપવા મોકલ્યા હતા . સંભાજિને મહેસૂલ વસૂલાત માટે બેરારનો પ્રદેશ આપવામાં આવ્યો હતો .

ઔરંગઝેબે શિવાજીને નબળી પડી રહેલી આદિલશાહી પર હુમલો કરવાની મંજૂરી આપી ; નબળા સુલતાન અલી આદિલ શાહ II એ શાંતિ માટે પ્રસ્તાવ મૂક્યો અને શિવાજી મહારાજને સરદેશમુખી અને ક્વાર્ટરની સત્તાઓ આપી .

• **પુનઃપ્રાપ્તિ**

શિવાજી મહારાજ અને મુઘલો વચ્ચે શાંતિ 1670 સુધી ચાલી હતી. તે સમયે ઔરંગઝેબને શિવાજીરાજ અને મુઆઝ્ઝમ વચ્ચેના ગાઢ સંબંધો અંગે શંકા થઈ હતી, જે તેને લાગ્યું હતું કે તે તેની ગાદી છીનવી શકે છે. ઔરંગઝેબને એવી પણ શંકા હતી કે તે શિવાજી રાજા પાસેથી લાંચ લેતા હોઈ શકે છે . ઉપરાંત આ સમય દરમિયાન, ઔરંગઝેબે અફઘાનો સાથે યુદ્ધ કર્યું હતું. આ માટે તેણે ડેક્કનમાં તેની સેનામાં ઘણો ઘટાડો કર્યો હતો ; પરિણામે, વિખેરાયેલા ઘણા સૈનિકો ઝડપથી મરાઠા સેવામાં જોડાયા. મુઘલોએ કેટલાક વર્ષો અગાઉ શિવાજી મહારાજને દેવાના નાણાંની વસૂલાત માટે બેરારની જાગીર પણ છીનવી લીધી હતી. [89]જવાબમાં, શિવાજી રાજે મુઘલો સામે આક્રમણ શરૂ કર્યું અને ચાર મહિનાની અંદર આત્મસમર્પણ કરાયેલા પ્રદેશનો મોટો ભાગ પાછો મેળવ્યો.

1670 માં, શિવાજી મહારાજે બીજી વખત સુરતને લૂંટ્યું . આ વખતે અંગ્રેજ અને ડચ કારખાનાઓ તેમના હુમલાને પાછું ખેંચવામાં સક્ષમ હતા, પરંતુ તેઓએ મક્કાથી પાછા ફરેલા માવરા-ઉન-નાહરના મુસ્લિમ રાજકુમારના માલસામાનની લૂંટ સહિત શહેરને જ તબાહ કરી નાખ્યું હતું. તાજા હુમલાઓથી ગુસ્સે થઈને, મુઘલોએ મરાઠાઓ સાથે ફરી દુશ્મનાવટ શરૂ કરી. મુઘલોએ શિવાજીને સુરતથી ઘરે પરત ફરતા અટકાવવા દાઉદ ખાન હેઠળ લશ્કર મોકલ્યું ; પરંતુ હાલના નાસિક નજીક વાણી-ડિંડોરીના યુદ્ધમાં તેનો પરાજય થયો હતો .

ઓક્ટોબર 1670 માં, શિવાજી રાજે અંગ્રેજોને હેરાન કરવા માટે તેમની સેના બોમ્બે મોકલી . કારણ કે અંગ્રેજોએ તેમને યુદ્ધ સામગ્રી વેચવાની ના પાડી હતી. તેમના સૈનિકોએ બ્રિટિશ લાકડા કાપનારાઓને બોમ્બે છોડતા અટકાવ્યા હતા . સપ્ટેમ્બર 1671માં, શિવાજી રાજાએ ફરી એકવાર દંડ-રાજપુરીઓ સામેના યુદ્ધ માટે પુરવઠો મંગાવવા માટે બોમ્બેમાં રાજદૂતો મોકલ્યા . અંગ્રેજોને શંકા હતી કે આ વિજયથી મરાઠાઓને કેટલો ફાયદો થશે , પરંતુ તેઓ રાજાપુરના કારખાનાઓને લૂંટવા બદલ વળતર મેળવવાની કોઈ તક ગુમાવવા માંગતા ન હતા. અંગ્રેજોએ લેફ્ટનન્ટ સ્ટીફન ઉસ્ટિકને શિવાજી સાથે વાટાઘાટો કરવા મોકલ્યા, પણ રાજાપુરવળતરના મુદ્દા પરની વાટાઘાટો નિષ્ફળ ગઈ. પછીના વર્ષોમાં અનેક દૂતાવાસોની આપ-લે કરવામાં આવી હતી, જેમાં 1674માં

શસ્ત્રોના મુદ્દાઓ પરના કેટલાક કરારો પણ સામેલ હતા, પરંતુ શિવાજીના મૃત્યુ પહેલાં રાજાપુરની નુકસાની ક્યારેય ચૂકવવામાં આવી ન હતી. 1682 ના અંત સુધીમાં, ત્યાંની ફેક્ટરી ઓગળી ગઈ.

• **ઉમરાણી અને નેસરીના યુદ્ધો**

1674 માં, મરાઠા કમાન્ડર-ઇન-ચીફ પ્રતાપરાવ ગુજરને બીજાપુરી જનરલ બહલોલ ખાનની આગેવાની હેઠળના દળો સામે લડવા માટે મોકલવામાં આવ્યા હતા . પ્રતાપરાવના દળોએ એક વ્યૂહાત્મક તળાવને ઘેરી લીધું , બીજાપુરી સૈન્યને પાણીનો પુરવઠો બંધ કરી દીધો, અને યુદ્ધમાં વિરોધી સેનાપતિને હરાવ્યા અને કબજે કર્યા, બહલોલ ખાનને શાંતિ સંધિની વાટાઘાટો કરવા દબાણ કર્યું. શિવાજી રાજાએ પહેલેથી જ ચેતવણી આપી હોવા છતાં, પ્રતા પ્રાઓએ બહલોલ ખાનને મુક્ત કર્યો. પરંતુ ખાનાએ નવેસરથી હુમલાની તૈયારીઓ શરૂ કરી.

શિવાજી મહારાજે પ્રતાપ રાવને નારાજગીનો પત્ર મોકલ્યો અને બહલોલ ખાનને ફરીથી કબજે ન થાય ત્યાં સુધી મળવાની ના પાડી. પ્રતાપરાવ, તેના રાજાના ઠપકાથી પરેશાન થઈને, બહલોલ ખાનને શોધ્યો અને, તેની મુખ્ય સેનાને પાછળ છોડીને, માત્ર અન્ય છ ઘોડેસવારો સાથે અભિયાન શરૂ કર્યું. પણ પ્રતાપરાવ યુદ્ધમાં માર્યા ગયા; શિવાજી રાજા તેમના મૃત્યુના સમાચાર સાંભળીને ખૂબ જ દુઃખી થયા અને તેમના બીજા પુત્ર રાજારામના લગ્ન પ્રતાપારાવની પુત્રી સાથે કર્યા. હંબીરરાવ મોહિતેને પ્રતાપરાવ પછી નવા સરનૌબત (મરાઠા સેનાના કમાન્ડર-ઇન-ચીફ) તરીકે નિયુક્ત કરવામાં આવ્યા હતા. રાયગઢના કિલ્લાને નવા જન્મેલા મરાઠા સામ્રાજ્યની રાજધાની તરીકે હીરોજી ઈન્દુલકર દ્વારા પુનઃનિર્માણ કરવામાં આવ્યું હતું .

• **શિવાજી મહારાજનો રાજ્યાભિષેક**

શિવાજી મહારાજે તેમના અનેક અભિયાનો દ્વારા મોટી માત્રામાં જમીન અને સંપત્તિ મેળવી હતી. પરંતુ ઔપચારિક શીર્ષકોના અભાવે તકનીકી રીતે તેઓ મુઘલ જમીનદાર અથવા બીજાપુરી છેબેરોનના પુત્રો હતા; જેની પાસે તેના વાસ્તવિક પ્રદેશ પર શાસન કરવાનો કોઈ કાનૂની આધાર નથી. તેઓ કોઈપણ રાજા સાથે સમાન દરજ્જાનો દાવો કરી શકતા ન હતા. ઉપરાંત, તેમણે રાજ્યાભિષેક કર્યા વિના જેમના પર શાસન કર્યું હતું તેમની પાસેથી વાસ્તવિક

વફાદારી અથવા ભક્તિની અપેક્ષા રાખવી ખોટું હતું. રાજ્યાભિષેક વિના તમામ રાયતો તેમના આદેશો કે આદેશોને ગંભીરતાથી લેવાના ન હતા. કોઈ રાજ્યાભિષેક ન હોવાથી, કોઈ સંધિ પર હસ્તાક્ષર કરવા, કોઈને ઔપચારિક રીતે જમીન આપવા અને આપણી રાજકીય શક્તિના ભાવિની ખાતરી કરવી શક્ય ન હતી. આ શાહી પદવી અન્ય મરાઠા નેતાઓના પડકારોને પણ અટકાવી શકે છે, જેમની સાથે શિવાજી રાજે તકનીકી રીતે સમાન હતા. આ ઉપરાંત, શિવરાય હિંદુ મરાઠા અથવા મુસ્લિમો દ્વારા શાસિત પ્રદેશમાં સહ-હિંદુ સાર્વભૌમ પ્રદાન કરી શકે છે .

એૈતિહાસિક દસ્તાવેજો પરથી એ પણ સ્પષ્ટ થાય છે કે તે સમયે ઘણા મરાઠા સરદારોમાં ઈર્ષ્યાની લાગણી હતી જેઓ સામાજિક રીતે ભોસલે પરિવારના સમાન હતા. આવા લોકોએ પોતાને શિવાજી રાજાના સેવક કહેવાનો ઇનકાર કર્યો અને કહ્યું કે તેઓ આદિલ શાહના વફાદાર સેવકો છે. તેમના લખાણોમાં શિવાજી ભોસલે હજુ પણ બળવાખોર અને દેશદ્રોહી હતા. તેમનું વલણ બદલવા માટે રાજ્યાભિષેક પણ જરૂરી હતો. ઔપચારિક રાજ્યાભિષેકથી આવા ઈર્ષાળુ સરદારોને સંદેશો મોકલવામાં આવ્યો હોત કે શિવાજી ભોસલે હવે છત્રપતિ હતા અને બીજાપુર અને ગોવાલકોંડાના શાહોની સમકક્ષ છે.

સૂચિત રાજ્યાભિષેક માટેની તૈયારીઓ 1673 માં શરૂ થઈ. જો કે, કેટલાક વિવાદાસ્પદ મુદ્દાઓએ રાજ્યાભિષેકમાં લગભગ એક વર્ષનો વિલંબ કર્યો. શિવાજીના દરબારમાં બ્રાહ્મણો વચ્ચે વિવાદ ઊભો થયો : તેઓએ શિવરાયને રાજા તરીકે બેસાડવાનો ઇનકાર કર્યો કારણ કે આ દરજ્જો હિંદુ સમાજની ક્ષત્રિય (યોદ્ધા) જાતિ માટે અનામત હતો. શિવરાય ખેતી કરતા ગામના આગેવાનોના વંશમાંથી આવ્યા હતા અને તે મુજબ બ્રાહ્મણો દ્વારા શુદ્ર (ખેડૂત) જાતિ તરીકે વર્ગીકૃત કરવામાં આવ્યા હતા. તેમણે નોંધ્યું કે શિવરાયે ક્યારેય પવિત્ર દોરાની વિધિ કરી ન હતી અને ક્ષત્રિયો દ્વારા પહેરવામાં આવતો દોરો ક્યારેય પહેર્યો ન હતો.

પ્રાચીન હિંદુ શાસ્ત્રો અનુસાર માત્ર ક્ષત્રિય વર્ણની વ્યક્તિને જ રાજા તરીકે અભિષિક્ત કરી શકાય છે અને માત્ર આવી વ્યક્તિ જ હિંદુ ધર્મના રાજા હોવાનો દાવો કરી શકે છે. શિવાજી મહારાજના ભોસલે કુળને ક્ષત્રિય ગણવામાં આવતા ન હતા, ન તો તેઓ બ્રાહ્મણ હતા. અલબત્ત આ શાસ્ત્રો અનુસાર ભોંસલે કુળ શુદ્ર હતું અને આવા કુળની વ્યક્તિને રાજા બનવાનો કોઈ અધિકાર નથી. એવી પરિસ્થિતિ ઊભી થઈ કે જ્યાં સમગ્ર ભારતમાંથી બ્રાહ્મણો હાજરી આપશે અને શિવાજી ભોસલેને સત્તાવાર રીતે 'ક્ષત્રિય' તરીકેનો તાજ પહેરાવવામાં આવશે તો જ આશીર્વાદ આપશે.

સ્વરાજ્યને તે સમયે એવા પંડિતની જરૂર હતી જે શૂદ્રકુલોત્પન્ન તરીકે રાજ્યાભિષેક સામે વાંધો ઉઠાવનારાઓનું મોં બંધ કરી શકે. આ જરૂરિયાત વિશ્વેશ્વર નામના પંડિતના રૂપમાં પૂરી થઈ. આ પંડિતનું હુલામણું નામ 'ગાગાભટ્ટ' હતું અને તે સમયે કાશીક્ષેત્રમાં બ્રહ્મદેવ અથવા વ્યાસ તરીકે પ્રખ્યાત હતા. તેમણે જણાવ્યું કે તેમને એક વંશાવળી મળી છે જે સાબિત કરે છે કે શિવાજી રાજે સિસોદિયનોના વંશજ હતા અને આમ ખરેખર ક્ષત્રિય હતા, પરંતુ તેમના હોદ્દા માટે યોગ્ય વિધિ જરૂરી છે. આ દરજજાને લાગુ કરવા માટે, શિવાજી મહારાજે પવિત્ર દોરાની વિધિ કરાવી અને ક્ષત્રિયની અપેક્ષા મુજબની વૈદિક વિધિઓ અનુસાર તેમના જીવનસાથી સાથે પુનઃલગ્ન કર્યા.

શરૂઆતમાં થોડી ખચકાટ પછી, પંડિત ગાગાભટ્ટ શિવાજી ભોસલેને ક્ષત્રિય તરીકે સ્વીકારવા સંમત થયા. ભોસલે કુળ ઉદયપુરના ક્ષત્રિય કુળ સાથે સંબંધિત હોવાનું સાબિત કરવામાં બાલાજી આવજી અને અન્ય કેટલાક સાથીઓએ આગેવાની લીધી હતી. આવા મજબૂત પુરાવા પછી, ગાગાભટ્ટ મહારાષ્ટ્ર આવવા અને શિવાજી ભોસલેના રાજ્યાભિષેકની મુખ્ય પૂજારી તરીકે જવાબદારી લેવા તૈયાર થયા. અલબત્ત, એ માટે તેણે મોટી દક્ષિણા પણ લીધી. શિવરાય અને તેમના સાથીઓએ ગાગાભટ્ટનું યુદ્ધ જેવું સ્વાગત કરવા માટે સતારાથી ઘણા માઈલ સુધી કૂચ કરી.

28 મેના રોજ, શિવરાયે તેમના પૂર્વજોના ક્ષત્રિય સંસ્કારો અને પોતે આટલા લાંબા સમય સુધી પાલન ન કરવા બદલ તપસ્યા કરી. ત્યારપછી તેને ગાગા ભટ્ટ દ્વારા પવિત્ર થ્રેડ સાથે રોકાણ કરવામાં આવ્યું હતું. અન્ય બ્રાહ્મણોના આગ્રહથી, ગાગા ભટ્ટે વૈદિક મંત્રનો ત્યાગ કર્યો અને શિવાજીને બ્રાહ્મણોની સમકક્ષ બનાવવાને બદલે બે વખત જન્મેલા જીવનના સંશોધિત સ્વરૂપમાં દીક્ષા આપી. બીજા દિવસે, શિવરાયે તેમના જીવનકાળ દરમિયાન ઇરાદાપૂર્વક અથવા આકસ્મિક રીતે કરેલા પાપોનું પ્રાયશ્ચિત કર્યું. તેઓને સોનું, ચાંદી અને તાલમ શણ, કપૂર, મીઠું, ખાંડ વગેરે જેવી સાત ધાતુઓથી અલગથી તોલવામાં આવતા હતા. આ તમામ ધાતુઓ અને વસ્તુઓ સાથેના એક લાખ હુણ બ્રાહ્મણોમાં વહેંચવામાં આવ્યા હતા. પરંતુ તેનાથી પણ બ્રાહ્મણોનો લોભ સંતોષાયો નહિ. બે વિદ્વાન બ્રાહ્મણોએ ધ્યાન દોર્યું કે જ્યારે શિવાજી રાજાએ હુમલો કર્યો ત્યારે બ્રાહ્મણો, ગાયો, સ્ત્રીઓ અને બાળકો મૃત્યુ પામ્યા, અને શહેરો બળી ગયા અને તેઓ 8,000 રૂપિયાની કિંમત ચૂકવીને આ પાપમાંથી શુદ્ધ થઈ શક્યા અને શિવાજી મહારાજે આ રકમ ચૂકવી. એસેમ્બલીના ભોજન, સામાન્ય દાન, સિંહાસન અને આભૂષણોનો કુલ ખર્ચ 1.5 મિલિયન રૂપિયા સુધી પહોંચ્યો હતો.

6 જૂન, 1674 ના રોજ, રાયગઢ કિલ્લા ખાતે એક ભવ્ય સમારોહમાં શિવાજી મહારાજને મરાઠા સામ્રાજ્ય (હિંદવી સ્વરાજ્ય) ના રાજા તરીકે તાજ પહેરાવવામાં આવ્યો હતો . હિન્દુ કેલેન્ડરમાં તે દિવસ 1596માં જ્યેષ્ઠ મહિનાના પ્રથમ પખવાડિયાનો 13મો દિવસ (ત્રયોદશી) હતો . ગાગા ભટ્ટે સાત પવિત્ર નદીઓને યમુના , સિંધુ , ગંગા , ગોદાવરી , નર્મદા , કૃષ્ણા અને કાવેરી નામ આપ્યું છે .પાણીથી ભરેલા સોનાના વાસણમાંથી શિવજીના માથા પર પાણી રેડ્યું અને વૈદિક રાજ્યાભિષેક મંત્રોનો જાપ કર્યો. જન્મ આપ્યા પછી, શિવાજીરાજે તેમની માતા જીજાબાઈને પ્રણામ કર્યા અને તેમના ચરણ સ્પર્શ કર્યા. સમારોહ માટે રાયગડા પર લગભગ પચાસ હજાર લોકો એકઠા થયા હતા. શિવાજી મહારાજનું નામ શકર્તા ("યુગના સ્થાપક") અને છત્રપતિ ("સાર્વભૌમ") રાખવામાં આવ્યું હતું. તેમણે હંડવ ધર્મધારક (હિંદુ ધર્મના રક્ષક)નું બિરુદ પણ ધરાવ્યું હતું.

રાજ્યાભિષેકના દિવસથી શિવરાજે શિવરાજાભિષેક સકની શરૂઆત કરી અને શિવરાય ચલણ બહાર પાડ્યું . આ ઉપરાંત નવો ઘટનાક્રમ શરુ થયો અને નવો સાક યુગ શરૂ થયો, ફારસી-સંસ્કૃત શબ્દકોશ બનાવવામાં આવ્યો. તેણે પર્શિયનની જગ્યાએ સંસ્કૃત શબ્દોનો ઉપયોગ કરવાનો આદેશ આપ્યો. પંચાંગશુદ્ધિ કરવાની પણ ફરજ પડી. આ માટે કૃષ્ણ દૈવગ્ય નામના જ્યોતિષીને લઈને આવ્યા. આ જ્યોતિષીએ આદેશ આપ્યો કે પુસ્તક લખીને સંબંધિતોને પહોંચાડવામાં આવે. તેઓ જ્યાં હતા ત્યાંથી તેમણે 'કરણકૌસ્તુભ' નામનું પુસ્તક પણ લખ્યું.

- **બીજો રાજ્યાભિષેક**

શિવાજી મહારાજની માતા જીજાબાઈનું 18 જૂન 1674ના રોજ અવસાન થયું હતું. મરાઠાઓએ તાંત્રિક પૂજારી નિશ્ચલ પુરી ગોસ્વામીને બોલાવ્યા, જેમણે જાહેર કર્યું કે મૂળ રાજ્યાભિષેક અશુભ તારાઓ હેઠળ થયો હતો અને બીજો રાજ્યાભિષેક જરૂરી હતો. આ બીજો રાજ્યાભિષેક, જે 24 સપ્ટેમ્બર 1674ના રોજ થયો હતો, તેનો બેવડો હેતુ હતો; જેઓ હજુ પણ માનતા હતા કે શિવાજી તેમના પ્રથમ રાજ્યાભિષેકના વૈદિક સંસ્કાર માટે લાયક નથી, તેથી તેમને ઓછા હરીફાઈવાળા વધારાના સમારોહ સાથે તાજ પહેરાવવામાં આવ્યો.

ગાગાભટ્ટ દ્વારા કરવામાં આવેલા અભિષેક પછી, શિવાજી મહારાજ 'શિવરાજ્યભિષેક કલ્પતરુ' નામના સમકાલીન સંસ્કૃત ગ્રંથો અનુસાર અશ્વિન શુદ્ધ પંચમી (24મી સપ્ટેમ્બર 1674) ના રોજ પુરોક્ત અથવા તાંત્રિક પદ્ધતિથી

તેમનો બીજો રાજ્યાભિષેક કર્યો હતો. કવિ અનિરુદ્ધ સરસ્વતીએ આ પુસ્તક લખ્યું હતું અને તેમાં બે વ્યક્તિઓ, નિશ્ચલપુરી ગોસાવી અને ગોવિંદ વચ્ચેનો સંવાદ છે. તેમાં કહેવામાં આવ્યું હતું કે "ગાગાભટ્ટ દ્વારા કરવામાં આવેલ અભિષેકમાં ઘણી ભૂલો હતી અને મહારાજા તેના પ્રતિકૂળ પરિણામો ભોગવી રહ્યા છે." તેમાં જનરલ પ્રતાપરાવ ગુજરનું મૃત્યુ, પ્રતાપગઢમાં વીજળી પડવાની ઘટના, મહારાજાની પત્ની કાશીબાઈનું મૃત્યુ અને રાજ્યાભિષેકના માત્ર બાર દિવસ પછી રાજમાતા જીજાબાઈના મૃત્યુનો ઉલ્લેખ છે. આના પરથી એવું નિષ્કર્ષ કાઢી શકાય છે કે તે સમયના પુરોહિતોમાં રાજ્યાભિષેકની વૈદિક પદ્ધતિ વિશે કેટલીક ગેરસમજણો હશે. ખાસ કરીને, તંત્રમાર્ગની હિમાયત કરતા પુરોહિતોએ તાંત્રિક વિધિઓને વૈદિક વિધિઓ કરતાં શ્રેષ્ઠ ગણી હશે અને તેથી તંત્રમાર્ગની હિમાયત કરતા પુરોહિતોએ શિવાજી મહારાજને પૌરાણિક અથવા તાંત્રિક અભિષેક કરાવવા વિનંતી કરી હશે. કારણ ગમે તે હોય, 24મી સપ્ટેમ્બર 1674ના રોજ શિવાજી મહારાજનો બીજો રાજ્યાભિષેક તકનીકી રીતે થયો હતો. રાજ્યાભિષેક વિધિ ખૂબ જ સાદગીપૂર્ણ રીતે કરવામાં આવી હતી. પશ્ચિમી ઇતિહાસકારો અથવા તે સમયના ઘણા ઇતિહાસકારો દ્વારા આ બીજા રાજ્યાભિષેકનો કોઈ ઉલ્લેખ નથી.

- **દક્ષિણ દિગ્વિજય**

1674ની શરૂઆતમાં મરાઠાઓએ આક્રમક ઝુંબેશ હાથ ધરી હતી. ઓક્ટોબરમાં ખાનદેશામાં દરોડા પાડ્યા. બીજાપુરી ફોંડા (એપ્રિલ 1675), કારવાર (મધ્યમ વર્ષ), અને કોલ્હાપુર (જુલાઈ) પણ કબજે કરે છે. નવેમ્બરમાં, મરાઠા નૌકાદળે જંજિરા ખાતે સિદ્દીઓને રોક્યા, પરંતુ ત્યાં નિષ્ફળ ગયા. માંદગીમાંથી સાજા થયા પછી અને બીજાપુરમાં ડેક્કાનીઓ અને અફઘાનો વચ્ચે ફાટી નીકળેલા ગૃહયુદ્ધનો લાભ લઈને, શિવાજી રાજાએ એપ્રિલ 1676માં અથાની પર કૂચ કરી.

તેમના અભિયાનના ભાગરૂપે, શિવાજીએ ડેક્કાની દેશભક્તિની ભાવનાને અપીલ કરી, કે દક્ષિણ ભારત એક માતૃભૂમિ છે જે બહારના લોકોથી સુરક્ષિત હોવી જોઈએ. તેમની અપીલ કંઈક અંશે સફળ રહી અને 1677માં શિવાજી રાજાએ એક મહિના માટે હૈદરાબાદની મુલાકાત લીધી અને ગોવાલકોંડા સલ્તનતના કુતુબ શાહ સાથે સંધિ પર હસ્તાક્ષર કર્યા. આમાં કુતુબ શાહ બીજાપુર સાથેના જોડાણનો ત્યાગ કરવા અને સાથે મળીને મુઘલોનો વિરોધ કરવા સંમત થયા.

1677 માં, શિવાજી રાજાએ 30,000 ધોડેસવાર અને 40,000 પાયદળ સાથે અને ગોવલકોંડા તોપખાના અને ભંડોળની મદદથી કર્ણાટક પર આક્રમણ કર્યું . દક્ષિણ તરફ આગળ વધીને શિવરાયે વેલ્લોર અને ગીંજીના કિલ્લાઓ કબજે કર્યા. તેમના પુત્ર રાજારામ I ના શાસન દરમિયાન આ કિલ્લાઓમાંથી બાદમાં મરાઠાઓની રાજધાની બની હતી .

શિવાજીનો ઈરાદો તેમની બીજી પત્ની તુકાબાઈ (અગાઉ મોહિતે) સાથે સમાધાન કરવાનો હતો જેણે શાહજી અને વેંકોજી (એકોજી I) પછી તંજાવુર પર શાસન કર્યું હતું, જે શાહજીરાજાના પુત્ર અને શિવાજીરાજાના સાવકા ભાઈ હતા. શરૂઆતમાં આશાસ્પદ વાટાઘાટો પાછળથી નિષ્ફળ ગઈ, તેથી રાયગડા પાછા ફર્યા , શિવાજીએ 26 નવેમ્બર 1677ના રોજ તેમના સાવકા ભાઈની સેનાને હરાવી અને મૈસુર ઉચ્ચપ્રદેશ પરની મોટાભાગની સંપત્તિ કબજે કરી .વેંકોજીની પત્ની દીપાબાઈ, જેમને શિવરાયે ઊંડો આદર આપ્યો હતો, તેમણે શિવરાય સાથે નવી વાટાઘાટો કરી અને તેમના પતિને મુસ્લિમ સલાહકારોથી દૂર રહેવા સમજાવ્યા. અંતે, શિવાજી રાજા દીપાબાઈ અને તેમના સ્ત્રી વંશજોને તેઓએ જપ્ત કરેલી ઘણી મિલકતો સોંપવા સંમત થયા. વેંકોજીએ પ્રાંતોના યોગ્ય વહીવટ અને શાહજીરાજની સમાધિની જાળવણી માટે ઘણી શરતો પણ સ્વીકારી હતી .

• **મૃત્યુ અને ઉત્તરાધિકાર**

શિવાજીરાજના વારસદારનો પ્રશ્ન પેચીદો હતો. 1678 માં, શિવરાયે સંભાજી રાજાને પન્હાલામાં કેદ કર્યા . તે પછી સંભાજી રાજે તેમની પત્ની સાથે એક વર્ષ માટે મુઘલો પાસે ગયા . પાછળથી તે પસ્તાવો કર્યા વિના ઘરે પાછો ફર્યો અને ફરીથી પન્હાલા સુધી મર્યાદિત હતો.

શિવાજી મહારાજનું 50 વર્ષની વયે 3-5 એપ્રિલ 1680ના રોજ હનુમાન જયંતિની પૂર્વસંધ્યાએ અવસાન થયું હતું. તેના મૃત્યુનું કારણ વિવાદિત છે. બ્રિટિશ રેકોર્ડ્સ જણાવે છે કે 12 દિવસની બીમારી બાદ તેમનું અવસાન થયું હતું. પોર્ટુગીઝ-ભાષાના બિબ્લિઓટેકા નાસિઓનલ ડી લિસ્બોઆના સમકાલીન દસ્તાવેજમાં મૃત્યુનું કારણ એન્થ્રેક્સ તરીકે આપવામાં આવ્યું છે. જોકે, શિવાજી રાજાના જીવનચરિત્ર ભાસબદ બખરના લેખક કૃષ્ણજી અનંત ભાસબદ જણાવે છે કે મૃત્યુનું કારણ તાવ હતું. પુતલાબાઈ નિઃસંતાન હતા અને શિવાજીની હયાત પત્નીઓમાં સૌથી નાની હતી.સતી તેમના અંતિમ સંસ્કારમાં કૂદી પડ્યા . બીજા જીવિત જીવનસાથી, સકવરબાઈને સતી કરવાની મંજૂરી આપવામાં આવી ન

હતી કારણ કે તેણીને એક નાની પુત્રી હતી.

શિવાજીરાજના મૃત્યુ પછી, સોયરાબાઈએ વિવિધ મંત્રીઓ સાથે તેમના સાવકા પુત્ર સંભાજીને બદલે તેમના પુત્ર રાજારામને રાજ્યાભિષેક કરવાની યોજના બનાવી. 21 એપ્રિલ, 1680 ના રોજ, દસ વર્ષીય રાજારામ રાજ્યાભિષેક થયા. જો કે, સેનાપતિની હત્યા કર્યા પછી, સંભાજી રાજાએ 18 જૂનના રોજ રાયગડા પર કબજો કર્યો અને 20 જુલાઈના રોજ ઔપચારિક રીતે સિંહાસન પર આરોહણ કર્યું. રાજારામ, તેમની પત્ની જાનકીબાઈ અને માતા સોયરાબાઈને કેદ કરવામાં આવ્યા હતા.

શિવાજી મહારાજે શાસન માટે આઠ પ્રધાનો ધરાવતા અષ્ટપ્રધાન મંડળની નિમણૂક કરી હતી. આ મંત્રી રાજાને શાસનના કામ અંગે સલાહ આપતા હતા.

• **મરાઠી અને સંસ્કૃત ભાષાઓનો પ્રચાર અને વિકાસ**

શિવરાયના શાસનકાળ દરમિયાન, શાસનમાં પારસી ભાષાનો વ્યાપક ઉપયોગ થતો હતો. પરંતુ શિવરાયે આમાં મહત્ત્વપૂર્ણ ફેરફારો કર્યા. શિવરાયે તેમના અધિકારીઓની એક સમિતિ નિયુક્ત કરી. સમિતિને પારસી અને અરબી શબ્દોને બદલે વાપરી શકાય તેવા સંસ્કૃત શબ્દો સૂચવવાનું કામ સોંપવામાં આવ્યું હતું. 1677માં આ સમિતિએ 'રાજ્યવ્યવસાયકોશ' નામનો શબ્દકોશ રજૂ કર્યો. શિવરાયની શાહી મહોર પણ સંસ્કૃતમાં હતી.

• **ધાર્મિક નીતિ**

શિવાજી મહારાજે બિનસાંપ્રદાયિક અને સહિષ્ણુ વલણ સાથે શાસન કર્યું. તેઓ વિવિધ ધર્મો વચ્ચે સુમેળમાં માનતા હતા. જ્યારે ઔરંગઝેબે જિઝિયા ટેક્સ વસૂલવાનું શરૂ કર્યું, ત્યારે શિવરાયે જિઝિયા ટેક્સ નાબૂદ કરવાની માંગ કરતો પત્ર લખ્યો અને ઔરંગઝેબને સલાહ આપી કે હિંદુ ધર્મની આસ્થાઓ અને ક્ષેત્રોને આદર સાથે વર્તે, જેમ કે અકબરે કર્યું હતું. તેમની સેનામાં શરૂઆતથી જ મુસ્લિમોનો સમાવેશ થતો હતો. 1656 માં, પઠાણોની પ્રથમ બેચની રચના થઈ. શિવરાયાના નૌકા સેનાપતિ દરિયા સારંગ મુસ્લિમ હતા. સંત રામદાસને શિવરાયના માર્ગદર્શક માનવામાં આવતા હતા, પરંતુ તાજેતરના સંશોધનમાં જાણવા મળ્યું છે કે સંત રામદાસ તેમની કારકિર્દીના અંતમાં શિવરાયાને મળ્યા હતા.

- ## શિવરાયની રાજમુદ્રા

રાજમુદ્રા છત્રપતિ શિવાજી રાજાએ જ્યારે પુણેનો હવાલો સંભાળ્યો ત્યારે પોતાની સ્વતંત્ર રાજમુદ્રા બનાવી. શાહજી રાજે અને જીજાબાઈની મુદ્રા પારસી ભાષામાં હતી, પરંતુ શિવાજી મહારાજે શાહી મુદ્રા માટે સંસ્કૃત ભાષાનો ઉપયોગ કર્યો હતો. આ સીલ પરનું લખાણ નીચે મુજબ છે."प्रतिपचन्द्रलेखेवा वर्धिष्णुर्विश्वान्दिता शाहसूनोः शिवस्याषा मुद्रा भद्राया राजते". આનો અર્થ એ થયો કે જેમ પ્રતિપદાનો ચંદ્ર સમગ્ર બ્રહ્માંડમાં વધશે અને પૂજનીય બનશે, તેમ શાહજીના પુત્ર શિવાજીની આ મુદ્રા અને તેની કીર્તિ વધશે."

- ## શિવાજી મહારાજની યુદ્ધ તકનીક

શિવાજી મહારાજ પાસે અન્ય સામ્રાજ્યોની સરખામણીમાં નાની પરંતુ સુસજ્જ અને શિસ્તબદ્ધ સેના હતી. આ સૈન્યમાં મુખ્યત્વે મરાઠા અને કુણબી જાતિના માવલાઓનો સમાવેશ થતો હતો. શિવાજી મહારાજ જાણતા હતા કે વિશાળ અને દારૂગોળો અને તોપખાનાથી સજ્જ મુઘલ સૈન્યને પરંપરાગત યુદ્ધ સાથે હરાવવા મુશ્કેલ હશે. આથી મહારાજાએ યુદ્ધની પોતાની વ્યૂહરચના વિકસાવી, જે 'ગનિમી કાવા' તરીકે ઓળખાય છે. શિવરાયે આસપાસની ભૂગોળ અને ખીણોની ઊંડી જાણકારી, ઝડપી સૈનિકો અને દુશ્મનો પર ઓચિંતા હુમલા જેવી યુક્તિઓનો ઉપયોગ કર્યો. આ વ્યૂહરચના ખૂબ જ સફળ રહી. મુઘલોની મોટી સેના શિવરાયાના નાના દળો સામે બિનઅસરકારક સાબિત થઈ.

- ## શિવાજી મહારાજ પછી મરાઠા સામ્રાજ્યનું વિસ્તરણ

1758માં મરાઠા સામ્રાજ્ય તેની સફળતાના શિખરે હતું.શિવાજી મહારાજ પછી મરાઠાઓ મુઘલો સાથે લડતા રહ્યા. તેમના મૃત્યુ પછી, 1681 માં, ઔરંગઝેબે મરાઠાના કબજા હેઠળના પ્રદેશો, બીજાપુર ખાતે આદિલ શાહી અને ગોવાલકોંડા ખાતે કુતુબ શાહી પર કબજો કરવા દક્ષિણમાં આક્રમણ શરૂ કર્યું . તે આ બંને સલ્તનતોનો નાશ કરવામાં સફળ થયો પરંતુ ડેક્કનમાં 27 વર્ષ ગાળવા છતાં તે મરાઠાઓને વશ કરી શક્યો નહીં. 1689 માં આ સમયગાળા દરમિયાન, સંભાજી રાજાને મુઘલો દ્વારા કબજે કરવામાં આવ્યો હતો અને ત્રાસ આપવામાં આવ્યો હતો અને તેને મારી નાખવામાં આવ્યો હતો . મરાઠાઓ પાછળથી સંભાજીરાજાના રાજારામ અને બાદમાં રાજારામ મહારાજની વિધવા

તારાબાઈનું અનુગામી બન્યા.ના નેતૃત્વ હેઠળ મજબૂત પ્રતિકાર લડાઈઓને કારણે, મુઘલો અને મરાઠાઓ વચ્ચે વારંવાર પ્રદેશની આપ-લે થતી હતી.બાદમાં, 1707માં, મુઘલોની હાર સાથે સંઘર્ષનો અંત આવ્યો.

શાહુ મહારાજ , જે શિવાજી મહારાજના પૌત્ર અને સંભાજી રાજાના પુત્ર હતા, 27 વર્ષના સંઘર્ષ દરમિયાન ઔરંગઝેબ દ્વારા બંદી બનાવવામાં આવ્યા હતા. સંભાજી રાજાના મૃત્યુ પછી, તેમના વારસદારોએ શાહુરાજને બચાવ્યો. ઉત્તરાધિકાર માટે તેમની કાકી તારાબાઈ સાથે ટૂંકા સત્તા સંઘર્ષ પછી, શાહુરાજે 1707 થી 1749 સુધી મરાઠા સામ્રાજ્ય પર શાસન કર્યું. તેમના શાસનની શરૂઆતમાં, તેમણે બાલાજી વિશ્વનાથ અને બાદમાં તેમના વંશજોને મરાઠા સામ્રાજ્યના પેશવા (વડા પ્રધાનો) તરીકે નિયુક્ત કર્યા . બાલાજીના પુત્ર પેશ્વા બાજીરાવ I અને પૌત્ર પેશ્વા બાલાજી બાજીરાવ હેઠળ મરાઠા સામ્રાજ્યનો ખૂબ જ વિસ્તરણ થયો . તેની સફળતાની ટોચ પર, મરાઠા સામ્રાજ્યએ દક્ષિણ તમિલનાડુ પર શાસન કર્યું ઉત્તરમાં પેશાવર (હાલનું ખૈબર પખ્તુનખ્વા) અને પૂર્વમાં બંગાળ સુધી વિસ્તરેલું . 1761માં, મરાઠા દળોએઅફઘાન દુરાની સામ્રાજ્યના અહમદ શાહ અબ્દાલી સામે પાણીપતની ત્રીજી લડાઈ હારી, ઉત્તરપશ્ચિમ ભારતમાં તેમના શાહી વિસ્તરણને અટકાવ્યું. પાણીપતના દસ વર્ષ પછી, માધવરાવ પેશ્વા હેઠળ મરાઠાઓએ ઉત્તર ભારતમાં ફરીથી પ્રભાવ મેળવ્યો

એક વિશાળ સામ્રાજ્યને અસરકારક રીતે સંચાલિત કરવાના પ્રયાસરૂપે, શાહુરાજા અને પેશ્વાઓએ સૌથી મજબૂત નાઈટ્સને અર્ધ-સ્વાયત્તતા આપી અને મરાઠા લીગની રચના કરી. તેઓ બરોડાના ગાયકવાડ , ઈન્દોર અને માલવાના હોલ્કર , ગ્વાલિયરના સિંધિયા અને નાગપુરના ભોંસલે તરીકે જાણીતા થયા . 1775 માં, ઇસ્ટ ઇન્ડિયા કંપનીએ પુણે ખાતે ઉત્તરાધિકાર સંઘર્ષમાં હસ્તક્ષેપ કર્યો , જેના પરિણામે પ્રથમ એંગ્લો-મરાઠા યુદ્ધ થયું . બીજા અને ત્રીજા એંગ્લો-મરાઠા યુદ્ધોઅંગ્રેજો (1805-1818) દ્વારા મરાઠાઓની હાર સુધી મરાઠાઓ ભારતમાં અગ્રણી સત્તા રહ્યા. પરંતુ આ યુદ્ધો પછી કંપનીએ ભારતના મોટાભાગના ભાગોમાં પ્રભુત્વ મેળવ્યું.

• **શિવ જયંતિ**

ભારતમાં અંગ્રેજોના આગમન પહેલા તારીખો પ્રમાણે લેવડદેવડ થતી હતી. અંગ્રેજી સામ્રાજ્યના આગમન પછી, ગ્રેગોરીયન કેલેન્ડર અનુસાર વ્યવહારો શરૂ થયા. ભારતમાં જ્યારે ગ્રેગોરિયન કેલેન્ડર અમલમાં આવ્યું ત્યારે જે લોકોનો

જન્મ થયો હતો તેમનો જન્મ તેમની જન્મ તારીખે થયો હતો. મહાત્મા ફુલે , મહાત્મા ગાંધી , ડૉ. બાબાસાહેબ આંબેડકર , લોકમાન્ય ટિળક બધાનો જન્મ ભારતમાં ગ્રેગોરિયન કેલેન્ડર શરૂ થયો ત્યારે થયો હતો. તેથી તે તેમની જન્મજયંતિની તારીખે કરવામાં આવે છે.

તુકારામ , બસવેશ્વર, શિવાજી, ગૌતમ બુદ્ધ બધાનો જન્મ ભારતમાં ગ્રેગોરિયન કેલેન્ડરની રજૂઆત પહેલા થયો હતો. તેમના સમય દરમિયાન, તમામ વ્યવહારો તિથિ દ્વારા કરવામાં આવતા હતા. તેમનો જન્મદિવસ તિથિ સાથે ઉજવવામાં આવે છે.

ગ્રેગોરિયન કેલેન્ડર મુજબ આજે શિવાજી મહારાજની જન્મ તારીખ 19 ફેબ્રુઆરી નક્કી કરવામાં આવી છે, તે કેલેન્ડર શિવાજીના સમયમાં યુરોપમાં પણ પ્રચલિત નહોતું. 1752માં અંગ્રેજોએ ગ્રેગોરિયન કેલેન્ડર અપનાવ્યું ત્યાં સુધીમાં જુલિયન કેલેન્ડર તેમના સામ્રાજ્યમાં સત્તાવાર હતું. જુલિયન કેલેન્ડર અને ગ્રેગોરિયન કેલેન્ડર વચ્ચે 1700 સુધી અને 1700 પછીના 11 દિવસનો તફાવત છે. (જુલિયન કેલેન્ડર આગળ વધ્યું હતું.) તેથી 19 ફેબ્રુઆરીની જુલિયન કેલેન્ડર તારીખ 10 - 11 દિવસથી બંધ છે. (4 ઓક્ટોબર 1582ની જુલિયન તારીખ પછીનો બીજો દિવસ ગ્રેગોરિયન 15 ઓક્ટોબર 1582 છે.) ઘણી જગ્યાએ, શિવાજી મહારાજના જન્મ સમયે પ્રવર્તમાન ઘટનાક્રમ અનુસાર તેમની જન્મ તારીખ અનુસાર શિવાજી જયંતિ ઉજવવામાં આવે છે. સરકારની જ્યુબિલી તા.

જ્યારે એવું માનવામાં આવતું હતું કે શિવાજીનો જન્મ વર્ષ 1627 માં થયો હતો, ત્યારે તેમની જન્મજયંતિ વૈશાખ શુદ્ધ તૃતીયા હતી. જ્યારે જન્મનું વર્ષ બરાબર 1630 હતું, ત્યારે ફાલ્ગુન વદ્ય તૃતીયા થવા લાગી. જો શિવાજીના જન્મ સમયે ગ્રેગોરીયન કેલેન્ડરનો ઉપયોગ થતો હોત, તો 1630ની ફાલ્ગુન વદ્ય તૃતીયા 19 ફેબ્રુઆરીએ આવી હોત. તેથી, 2001 થી, સત્તાવાર શિવ જયંતિ 19 ફેબ્રુઆરીએ ઉજવવામાં આવે છે.

- પત્ની

1. કાશીબાઈ જાધવ
2. ગુણવંતીબાઈ ઇંગલે
3. પુતલાબાઈ પાલકર
4. લક્ષ્મીબાઈને પૂછો
5. સાઈબાઈ નિમ્બાલકર

6. સકવરબાઈ ગાયકવાડ
7. સગુણાબાઈ શિંદે
8. સોયરાબાઈ મોહિતે

- પુત્રો

1. છત્રપતિ સંભાજી ભોસલે
2. છત્રપતિ રાજારામ રાજે ભોસલે
3. છોકરીઓ
4. અંબિકાબાઈ મહાડિક
5. કમલાબાઈ (સકવરબાઈની પુત્રી)
6. દીપાબાઈ
7. રાજકુંવરબાઈ શિર્કે (ગનોજી શિર્કેના પત્ની સગુણાબાઈની પુત્રી)
8. રાણુબાઈ પાટકર
9. સખુબાઈ નિમ્બાલકર (સાઈબાઈની પુત્રી)
10. પુત્રવધૂ/પુત્રવધૂ
11. અંબિકાબાઈ (સતી જી)
12. જાનકીબાઈ
13. રાજારામની પત્ની તારાબાઈ (મહેરના મોહિતે)
14. સંભાજીની પત્ની ચેસુબાઈ
15. રાજસબાઈ (પુત્ર સંભાજીની પત્ની)
16. સગુણાબાઈ{(સંભાજીના પુત્ર શાહુની પત્ની)

- પૌતા

1. સંભાજીનો પુત્ર - શાહુ
2. તારાબાઈ-રાજારામના બાળકો - શિવાજી II
3. રાજસબાઈના બાળકો - II સંભાજી

- તહેવાર

મહારાષ્ટ્રમાં શિવાજીની જન્મજયંતિને શિવ જયંતિ કહેવામાં આવે છે. શિવાજીના જન્મદિવસના વિવાદને કારણે મહારાષ્ટ્રમાં વર્ષમાં ઓછામાં ઓછી

બે વાર શિવ જયંતિ ઉજવવામાં આવે છે. તે દિવસે, ઢોલ-નગારા અને હાર અને શિવાજીની મૂર્તિઓને હાર પહેરાવીને સરઘસ નીકળે છે. મુંબઈ જેવા શહેરોમાં શિવ જયંતિની શોભાયાત્રામાં 100 થી વધુ ફ્લોટ્સ અને ફ્લોટ્સ હોય છે.

આ દિવસે ભિવંડી અને માલેગાંવમાં અવારનવાર રમખાણો થતા હતા. એ.ડી. 1970 માં, ભિવંડીમાં એક શિવ જયંતિ સરઘસને કારણે રમખાણો થયા કારણ કે તે મસ્જિદની સામે ખૂબ લાંબો સમય સુધી લંબાતું હતું. આથી ભિવંડીમાં શિવ જયંતિના સરઘસ પર 14 વર્ષનો પ્રતિબંધ લાદવામાં આવ્યો હતો. 1984માં પરવાનગી આપવામાં આવી હતી અને તે વર્ષે થયેલા ભીષણ રમખાણોમાં ઘણા વાહનોને બાળી નાખવામાં આવ્યા હતા. તેથી હવે વાહનોને શોભાયાત્રામાં જોડાવાની મંજૂરી નથી. દરેક શિવ જયંતિના એક અઠવાડિયા પહેલા, ભિવંડીના ઝૂંપડપટ્ટીના રહેવાસીઓ તેમના ઝૂંપડા છોડીને તેમના બાળકોને લઈને પારગાઈ જાય છે.

2

છત્રપતિ શિવાજી જન્મસ્થળ શિવનેરી કિલ્લો

શિવનેરી કિલ્લો એ 17મી સદીનું લશ્કરી કિલ્લેબંધી છે જે ભારતના મહારાષ્ટ્રમાં પુણે જિલ્લામાં જુન્નર નજીક સ્થિત છે. તે મરાઠા સામ્રાજ્યના સમ્રાટ અને સ્થાપક છત્રપતિ શિવાજી મહારાજનું જન્મસ્થળ છે. શિવનેરી એ 1લી સદી એડીથી બૌદ્ધ આધિપત્યનું સ્થળ તરીકે જાણીતું છે. તેની ગુફાઓ, રોક-કટ આર્કિટેક્ચર અને પાણીની વ્યવસ્થા ઈ.સ. 1લી સદીથી વસવાટની હાજરી સૂચવે છે. શિવનેરીનું નામ દેવગિરિના યાદવોના કબજા હેઠળ હોવાથી તેનું નામ પડ્યું. આ કિલ્લાનો ઉપયોગ મુખ્યત્વે દેશથી બંદર શહેર કલ્યાણ સુધીના જૂના વેપારી માર્ગની રક્ષા માટે કરવામાં આવતો હતો. 15મી સદી દરમિયાન દિલ્હી સલ્તનતના નબળા પડ્યા બાદ આ સ્થાન બહમાની સલ્તનતને મળ્યું અને તે પછી 16મી સદીમાં અહમદનગર સલ્તનતમાં ગયું.

1595 માં, શિવાજી ભોસલેના દાદા માલોજી ભોંસલે નામના મરાઠા સરદારને અહમદનગર સુલતાન, બહાદુર નિઝામ શાહ દ્વારા સક્ષમ કરવામાં આવ્યા હતા અને તેમણે તેમને શિવનેરી અને ચાકણ આપ્યા હતા. શિવાજીનો જન્મ કિલ્લામાં 19 ફેબ્રુઆરી 1630ના રોજ થયો હતો (કેટલાક અહેવાલો તેને 1627 કહે છે), અને તેમનું બાળપણ ત્યાં વિતાવ્યું હતું. કિલ્લાની અંદર દેવી શિવાઈ દેવીને સમર્પિત એક નાનું મંદિર છે, જેના પરથી શિવાજીનું નામ રાખવામાં આવ્યું હતું. અંગ્રેજ પ્રવાસી ફેઝ 1673માં કિલ્લાની મુલાકાત લીધી અને તેને અજેય લાગ્યું.

તેમના હિસાબો મુજબ, કિલ્લો સાત વર્ષ સુધી હજારો પરિવારોને ખવડાવવા માટે સારી રીતે ભરાયેલો હતો. ત્રીજા એંગ્લો-મરાઠા યુદ્ધ પછી 1820 માં કિલ્લો બ્રિટિશ શાસનના નિયંત્રણ હેઠળ આવ્યો.

• શિવનેરી કિલ્લાનું સ્થાપત્ય

શિવનેરી કિલ્લાનું સ્થાપત્ય શિવનેરી કિલ્લો ત્રિકોણાકાર આકાર ધરાવતો પહાડી કિલ્લો છે અને તેનું પ્રવેશદ્વાર ટેકરીની દક્ષિણ-પશ્ચિમ બાજુથી છે. મુખ્ય દરવાજા સિવાય કિલ્લામાં પ્રવેશદ્વાર છે જે બાજુથી સ્થાનિક રીતે સાંકળ દરવાજો તરીકે ઓળખાય છે, જ્યાં કિલ્લાના દરવાજા પર ચઢવા માટે સાંકળો પકડવી પડે છે. કિલ્લો સાત સર્પાકાર સારી રીતે સુરક્ષિત દરવાજા સાથે 1 માઇલ (1.6 કિમી) સુધી વિસ્તરેલો છે. કિલ્લાની ચારે બાજુ માટીની દિવાલો છે. કિલ્લાની અંદર, મુખ્ય ઇમારતો પ્રાર્થના હોલ, એક કબર અને મસ્જિદ છે. જ્યાં ફાંસીની સજા થઈ હતી ત્યાં એક ઓવરહેંગિંગ છે. આ કિલ્લાની રક્ષા કરતી અનેક દરવાજાઓની રચનાઓ છે. માના દરવાજા કિલ્લાના અનેક દરવાજાઓમાંથી એક છે. તેને ટ્યુનનું મૂળ પણ કહેવામાં આવે છે.

કિલ્લાની મધ્યમાં પાણીનું તળાવ છે જેને 'બદામી તળાવ' કહેવામાં આવે છે અને આ તળાવની દક્ષિણે જીજાબાઈ અને એક યુવાન શિવની મૂર્તિઓ છે. કિલ્લામાં ગંગા અને યમુના નામના બે પાણીના ઝરણાં છે, જેમાં આખું વર્ષ પાણી રહે છે. આ કિલ્લાથી બે કિલોમીટર દૂર લેન્યાદ્રી ગુફાઓ તરીકે ઓળખાતી બૌદ્ધ ખડકોની ગુફાઓ છે, જે મહારાષ્ટ્રના અષ્ટવિનાયક મંદિરમાંથી એક છે. તેને સંરક્ષિત સ્મારક તરીકે જાહેર કરવામાં આવ્યું છે. નજીકનું શહેર જુન્નર તાલુકાનું સ્થળ છે અને તે રસ્તા દ્વારા સારી રીતે જોડાયેલું છે. પુણેથી જુન્નર લગભગ 90 કિમી દૂર છે. આ કિલ્લો જુન્નર શહેરથી લગભગ 2-3 કિમી દૂર છે. મુખ્ય પ્રવેશદ્વાર દ્વારા કિલ્લાની ટોચ પર પહોંચવું સરળ છે, જો કે યોગ્ય ક્લાઇમ્બીંગ સાધનો સાથેના ટ્રેકર્સ કિલ્લાના પશ્ચિમ ભાગ પર સ્થિત સાંકળ માર્ગનો પ્રયાસ કરી શકે છે. કિલ્લાની ટોચ પરથી નારાયણગઢ, હડસર, ચાવંડ અને નિમગિરી કિલ્લાઓ સરળતાથી જોઈ શકાય છે.

3

આદિલશાહી રાજવંશ

આદિલશાહી એક શિયા હતા, અને બાદમાં સુન્ની મુસ્લિમ, યુસુફ આદિલ શાહ દ્વારા સ્થાપિત રાજવંશ, જેણે બીજાપુરની સલ્તનત પર શાસન કર્યું હતું, જે હાલમાં ભારતના કર્ણાટકના બીજાપુર જિલ્લા પર કેન્દ્રિત છે, જે ડેક્કન પ્રદેશના પશ્ચિમ વિસ્તારમાં છે. 1489 થી 1686 સુધી દક્ષિણ ભારત. બીજાપુર 15મી સદીના છેલ્લા ક્વાર્ટરમાં તેના રાજકીય પતન અને 1518માં વિભાજન પહેલા બહમાની સલ્તનત (1347-1518) નો પ્રાંત હતો. બીજાપુર સલ્તનત મુઘલોમાં સમાઈ ગઈ હતી. બાદશાહ ઔરંગઝેબ દ્વારા તેના વિજય પછી 12 સપ્ટેમ્બર 1686ના રોજ સામ્રાજ્ય.

રાજવંશના સ્થાપક, યુસુફ આદિલ શાહ (1490-1510), ડિફૅક્ટો સ્વતંત્ર બીજાપુર રાજ્યની રચના કરતા પહેલા, પ્રાંતના બહમાની ગવર્નર તરીકે નિયુક્ત કરવામાં આવ્યા હતા. યુસુફ અને તેના પુત્ર ઈસ્માઈલ સામાન્ય રીતે આદિલ ખાન નામનો ઉપયોગ કરતા હતા. 'ખાન', જેનો અર્થ વિવિધ મધ્ય એશિયાઈ સંસ્કૃતિઓમાં 'મુખ્ય' છે અને પર્શિયનમાં અપનાવવામાં આવ્યો છે, તેને 'શાહ' કરતાં નીચો દરજ્જો આપવામાં આવ્યો છે, જે શાહી પદ સૂચવે છે. યુસુફના પૌત્ર ઈબ્રાહીમ આદિલ શાહ I (1534-1558) ના શાસન સાથે જ આદિલ શાહનું બિરુદ સામાન્ય ઉપયોગમાં આવ્યું. તે પછી પણ, બીજાપુર શાસકોએ તેમના ક્ષેત્ર પર સફાવિદ પર્સિયન આધિપત્યને માન્યતા આપી હતી. બીજાપુર સલ્તનતની સરહદો તેના સમગ્ર ઇતિહાસમાં નોંધપાત્ર રીતે બદલાઈ છે. તેની ઉત્તરીય સીમા પ્રમાણમાં સ્થિર રહી, જે સમકાલીન દક્ષિણ મહારાષ્ટ્ર અને ઉત્તરીય કર્ણાટકમાં ફેલાયેલી છે.

1565માં તાલીકોટાના યુદ્ધમાં વિજયનગર સામ્રાજ્યની હાર બાદ સૌપ્રથમ રાયચુર દોઆબના વિજય સાથે સલ્તનતનો દક્ષિણ તરફ વિસ્તરણ થયો.

પાછળથી ઝુંબેશો, ખાસ કરીને મોહમ્મદ આદિલ શાહ (1627-1657)ના શાસન દરમિયાન, બીજાપુરની ઔપચારિક સરહદો વિસ્તૃત કરી અને બેંગલોર સુધી દક્ષિણમાં નામાંકિત સત્તા. બીજાપુર પશ્ચિમમાં પોર્ટુગીઝ રાજ્ય ગોવા દ્વારા અને પૂર્વમાં કુતુબ શાહી વંશ દ્વારા શાસિત ગોલકોંડાના સલ્તનત દ્વારા સીમિત હતું. બીજાપુરની ભૂતપૂર્વ બહમાની પ્રાંતીય રાજધાની તેના સમગ્ર અસ્તિત્વ દરમિયાન સલ્તનતની રાજધાની રહી. સાધારણ અગાઉના વિકાસ પછી, ઇબ્રાહિમ આદિલ શાહ I (1534-1558) અને અલી આદિલ શાહ I (1558-1579) એ બિજાપુરનું પુનઃનિર્માણ કર્યું, જેમાં કિલ્લા અને શહેરની દિવાલો, મંડળની મસ્જિદ, મુખ્ય શાહી મહેલો અને મુખ્ય પાણી પુરવઠાનું ઇન્ફ્રાસ્ટ્રક્ચર પૂરું પાડ્યું. તેમના અનુગામીઓ, ઇબ્રાહિમ આદિલ શાહ II (1580-1627), મોહમ્મદ આદિલ શાહ (1627-1657) અને અલી આદિલ શાહ II (1657-1672), આગળ બીજાપુરને મહેલો, મસ્જિદો, સમાધિઓ અને અન્ય માળખાઓથી શણગારવામાં આવ્યા હતા, જેમાંથી કેટલાક માનવામાં આવે છે. ડેક્કન સલ્તનત અને ઈન્ડો-ઈસ્લામિક આર્કિટેક્ચરના શ્રેષ્ઠ ઉદાહરણો.

બીજાપુર બહમાની સામ્રાજ્યના પતનને પરિણામે અસ્થિરતા અને સંઘર્ષમાં ફસાઈ ગયું હતું. વિજયનગર સામ્રાજ્ય અને અન્ય ડેક્કન સલ્તનત બંને સાથે સતત યુદ્ધે 1565માં તાલીકોટા ખાતે વિજયનગર પર વિજય હાંસલ કરવા માટે ડેક્કન સલ્તનતોએ જોડાણ કર્યું તે પહેલાં રાજ્યના વિકાસમાં ઘટાડો કર્યો. બીજાપુરે આખરે 1619માં પડોશી બિદરની સલ્તનત પર વિજય મેળવ્યો. પોર્ટુગીઝના દબાણથી બહાર નીકળ્યા. ગોવાના મુખ્ય આદિલ શાહી બંદર પર, જ્યાં સુધી તે ઇબ્રાહિમ II ના શાસન દરમિયાન જીતી ન ગયું. ત્યારબાદ સલ્તનત પ્રમાણમાં સ્થિર હતી, જોકે શિવાજીના બળવાથી તેને નુકસાન થયું હતું, જેમના પિતા આદિલ શાહની સેવામાં મરાઠા સેનાપતિ હતા.

શિવાજીએ એક સ્વતંત્ર મરાઠા સામ્રાજ્યની સ્થાપના કરી જે અંગ્રેજોએ ભારત પર વિજય મેળવ્યો તે પહેલાં જ મરાઠા સામ્રાજ્ય, ભારતના સૌથી મોટા સામ્રાજ્યોમાંનું એક બન્યું. બીજાપુરની સુરક્ષા માટે સૌથી મોટો ખતરો, 16મી સદીના અંતથી, ડેક્કનમાં મુઘલ સામ્રાજ્યનો વિસ્તરણ હતો. જો કે એવું બની શકે કે મુઘલોએ આદિલશાહીનો નાશ કર્યો, તે શિવાજીનો બળવો હતો જેણે આદિલશાહી નિયંત્રણને નબળું પાડ્યું હતું. વિવિધ કરારો અને સંધિઓએ 1636માં બીજાપુર દ્વારા મુઘલ સત્તાને ઔપચારિક માન્યતા ન મળે ત્યાં સુધી તબક્કાવાર રીતે આદિલ શાહ પર મુઘલ આધિપત્ય લાદવામાં આવ્યું. 1686માં બીજાપુર પર મુઘલ વિજય સુધી તેમના મુઘલ શાસકોની માંગણીઓએ આદિલ શાહને તેમની સંપત્તિનો નાશ કર્યો.

રાજવંશના સ્થાપક, યુસુફ આદિલ શાહ, જ્યોર્જિયન ગુલામ હોઈ શકે છે જેને ઈરાનથી મહમૂદ ગવાન દ્વારા ખરીદ્યો હતો. છતાં, સલમા અહેમદ ફારુકી, જણાવે છે કે, યુસુફ ઓટ્રોમન સુલતાન મુરાદ II નો પુત્ર હતો. ઈતિહાસકાર મીર રફી-ઉદ્દીન ઈબ્રાહીમ-ઈ શિરાઝી, અથવા રફીના જણાવ્યા મુજબ, યુસુફનું પૂરું નામ સુલતાન યુસુફ 'આદિલ શાહ સવાહ અથવા સવાહ' (આધુનિક તેહરાનના દક્ષિણ પશ્ચિમમાં આવેલા સેવેહના પ્રાચીન નગરમાંથી), મહમૂદ બેગનો પુત્ર હતો. ઈરાનમાં સાવા, (રફી' 36–38, દેવરે 67, fn 2 દ્વારા). આદિલ શાહી વંશનો રફીનો ઈતિહાસ ઈબ્રાહિમ આદિલ શાહ II ની વિનંતી પર લખવામાં આવ્યો હતો અને એએચ 1017 માં આશ્રયદાતાને પૂર્ણ કરીને રજૂ કરવામાં આવ્યો હતો. ભારતીય વિદ્વાન ટી.એન. દેવરેએ ઉલ્લેખ કર્યો છે કે જ્યારે રફીનો બહમાની વંશનો હિસાબ કાલ્પનિકતાથી ભરેલો છે, ત્યારે તેમનો આદિલશાહીનો હિસાબ "એકદમ સચોટ, સંપૂર્ણ અને અલી I અને ઈબ્રાહિમ II વિશે આટલી સમૃદ્ધ અને મૂલ્યવાન માહિતી ધરાવે છે" (312).

રફી-ઉદ્દીન પાછળથી લગભગ 15 વર્ષ (દેવરે 316) માટે બીજાપુરના ગવર્નર બન્યા. યુસુફની બહાદુરી અને વ્યક્તિત્વે તેને ઝડપથી સુલતાનની તરફેણમાં ઉછેર્યો, પરિણામે તેની બીજાપુરના ગવર્નર તરીકે નિમણૂક થઈ. તેણે સિટાડેલ અથવા આર્કિલ્લા અને ફારુખ મહેલ બનાવ્યા. યુસુફ સંસ્કૃતિનો માણસ હતો. તેણે પર્શિયા, તુર્કી અને રોમના કવિઓ અને કારીગરોને પોતાના દરબારમાં આમંત્રિત કર્યા. તેઓ એક શાસક તરીકે જાણીતા છે જેમણે 1498 માં બીજાપુરમાં સ્વતંત્ર સુલતાન તરીકે પોતાને સ્થાપિત કરવા માટે બહમની સત્તાના પતનનો લાભ લીધો હતો.

તેમણે આ કામ લશ્કરી સમર્થન સાથે કર્યું હતું જે તેમને બીજાપુરી સેનાપતિ કાલિદાસ મધુ સાધવાણી દ્વારા આપવામાં આવ્યું હતું - તેજસ્વી કમાન્ડર અને સારા રાજદ્વારી, જેમણે યુસુફ આદિલ શાહ અને પછી તેમના પુત્ર - ઈસ્માઈલ આદિલ શાહને ટેકો આપીને ઝડપી કારકિર્દી બનાવી. તેણે ઈન્દાપુરના મરાઠા રાજાની બહેન પુંજિ સાથે લગ્ન કર્યા. 1510 માં જ્યારે યુસુફનું અવસાન થયું, ત્યારે તેનો પુત્ર ઇસ્માઇલ હજી એક છોકરો હતો. પુરુષ પોશાકમાં પુંજિએ સિંહાસન કબજે કરવા માટે બળવાથી બહાદુરીપૂર્વક તેનો બચાવ કર્યો. ઈસ્માઈલ આદિલ શાહ આમ બીજાપુરના શાસક બન્યા અને તેમના પિતાની મહત્વાકાંક્ષાને સફળ બનાવી.

• **ચાંદ બીબી, બીજાપુરના કારભારી (1580-90)**

ઇબ્રાહિમ આદિલ શાહ I કે જેઓ તેમના પિતા ઇસ્માઇલના અનુગામી હતા, તેમણે શહેરને કિલ્લેબંધી કરી અને જૂની જામિયા મસ્જિદ બનાવી[સ્પષ્ટતા જરૂરી]. અલી આદિલ શાહ I કે જેઓ આગળ સિંહાસન પર બેઠા હતા, તેમણે ગોલકોંડા, અહમદનગર અને બિદરના અન્ય મુસ્લિમ રાજાઓ સાથે તેમના દળોનું જોડાણ કર્યું અને સાથે મળીને વિજયનગર સામ્રાજ્યને પતન કર્યું. લૂંટ મેળવીને તેણે મહત્ત્વાકાંક્ષી પ્રોજેક્ટ્સ શરૂ કર્યા. તેણે ગગન મહેલ, અલી રૌઝા (પોતાની કબર), ચાંદ બાવડી (મોટો ફુવો) અને જામી મસ્જિદનું નિર્માણ કર્યું. અલી I ને કોઈ પુત્ર ન હતો, તેથી તેનો ભત્રીજો ઇબ્રાહિમ II સિંહાસન પર બેઠો હતો. અલી પ્રથમની રાણી ચાંદ બીબીએ તેમની ઉંમર ન થાય ત્યાં સુધી તેમને મદદ કરવાની હતી.

ઈબ્રાહિમ II તેમની બહાદુરી, બુદ્ધિમત્તા અને હિંદુ સંગીત અને ફિલસૂફી તરફના ઝુકાવ માટે જાણીતા હતા. તેમના આશ્રય હેઠળ ચિત્રકામની બીજાપુર શાળા તેની પરાકાષ્ઠાએ પહોંચી. મુહમ્મદ આદિલ શાહ તેના પિતા ઇબ્રાહિમ II ના અનુગામી બન્યા. તે બીજાપુરની સૌથી ભવ્ય રચના માટે પ્રખ્યાત છે, ગોલ ગુમ્બાઝ, જે વિશ્વનો સૌથી મોટો ગુંબજ ધરાવે છે, જેમાં સહેજ અવાજની આસપાસની ગેલેરી રાઉન્ડ સાત વખત પુનઃઉત્પાદિત થાય છે. તેણે ઐતિહાસિક મલિક-એ-મેદાન, વિશાળ બંદૂકની સ્થાપના પણ કરી.

અલી આદિલ શાહ દ્વિતીયને એક મુશ્કેલીગ્રસ્ત રાજ્ય વારસામાં મળ્યું હતું. તેમને એક તરફ મરાઠા નેતા શિવાજી અને બીજી બાજુ મુઘલ સમ્રાટ ઔરંગઝેબના આક્રમણનો સામનો કરવો પડ્યો હતો. તેમની સમાધિ, બારા કામને, અન્ય તમામને વામન કરવાની યોજના બનાવી હતી, જે તેમના મૃત્યુને કારણે અધૂરી રહી ગઈ હતી. છેલ્લા આદિલ શાહી સુલતાન સિકંદર આદિલ શાહે આગામી ચૌદ તોફાની વર્ષો સુધી શાસન કર્યું. છેવટે 12 સપ્ટેમ્બર 1686ના રોજ, ઔરંગઝેબની આગેવાની હેઠળની મુઘલ સેનાઓએ બીજાપુર શહેર પર કબજો જમાવ્યો.

• બીજાપુરના સૂફીઓ

બીજાપુર પ્રદેશમાં સૂફીઓનું આગમન કુતુબુદ્દીન એબકના શાસનકાલ દરમિયાન શરૂ થયું હતું. આ સમયગાળા દરમિયાન ડેક્કન પ્રદેશ મૂળ હિંદુ શાસકો અને પાલેગરોના નિયંત્રણ હેઠળ હતો. શેખ હાજી રુમી તેમના સાથીદારો સાથે બીજાપુર પહોંચનાર પ્રથમ હતા. તેમ છતાં તેના અન્ય સાથીઓ જેમ કે શેખ સલાહુદ્દીન, શેખ સૈફુલ મુલ્ક અને સૈયદ હાજી મક્કી અનુક્રમે પુના,

હૈદરા અને તિકોટામાં સ્થાયી થયા હતા. તજકીરાયે ઔલીયા દક્કન એટલે કે, અબ્દુલ જબ્બાર મુલ્કપુરી દ્વારા સંકલિત, ડેક્કનના સંતોના જીવનચરિત્ર મુજબ, 1911-1919 માં સૂફી સરમસ્ત આ પ્રદેશના પ્રારંભિક સૂફીઓમાંના એક હતા.

તે 13મી સદીમાં અરેબિયાથી ડેક્કન આવ્યો તે સમયે જ્યારે ડેક્કન અવિશ્વાસીઓનો દેશ હતો જેમાં ઇસ્લામની કોઈ નિશાની કે સાચો વિશ્વાસ નહોતો. તેમના સાથી, વિદ્યાથીઓ (ફકીર), શિષ્યો (મુરીદ) અને સૈનિકો (ગાઝી)ની સંખ્યા સાતસોથી વધુ હતી. તેઓ શોલાપુર જિલ્લાના સાગરમાં સ્થાયી થયા. ત્યાં, કુમારમ (કુમાર રામ) નામના ઉત્સાહી અને મુસ્લિમ વિરોધી રાજાએ સૂફી સરમસ્તને હાંકી કાઢવાની ઈચ્છા વ્યક્ત કરી, અને તેના સાથીઓ પણ સંઘર્ષ માટે તૈયાર થયા, એક કડવી લડાઈ થઈ. બંને બાજુના નાયકો માર્યા ગયા. છેવટે રાજાને તેની પુત્રીના હાથે મારી નાખવામાં આવ્યો. અસંખ્ય હિંદુઓ માર્યા ગયા, અને આ સમયે લાખી ખાન અફઘાન અને નિમત ખાન તેમની મદદ કરવા દિલ્હીથી આવ્યા.

હિંદુઓનો પરાજય થયો અને મુસ્લિમોનો વિજય થયો. બાકીના હિંદુઓએ, ઉપનદીનો દરજ્જો સ્વીકારીને, શાંતિ કરી. સ્વભાવથી તે મૂળભૂત રીતે લડાયક ન હોવાથી, સૂફી સરમસ્તે મોહમ્મદનો ધર્મ ફેલાવ્યો અને હિંદુઓના હૃદય સાથે મિત્રતા કરી. તેમના ઉત્તમ ગુણો અને અસાધારણ ન્યાય જોઈને, તે સમયના ઘણા હિંદુઓએ ઈસ્લામ કબૂલ કર્યો, છેવટે એ.એચ.680 એટલે કે 1281 એડીમાં તેમનું અવસાન થયું. આ સમયગાળા પછી બીજાપુર અને ઉપનગરોમાં સૂફીઓનું આગમન શરૂ થયું. આઈનુદ્દીન ગહજુલ ઈલ્મ દેહેલવી કહે છે કે ઈબ્રાહીમ સાંગાને બીજાપુર પરગણાના પ્રારંભિક સૂફીઓમાંના એક હતા.

બીજાપુરના સૂફીઓને તેમના આગમનના સમયગાળા અનુસાર ત્રણ શ્રેણીઓમાં વિભાજિત કરી શકાય છે જેમ કે, બહમાની પહેલાના સૂફી અને અથવા આદિલ શાહી વંશના સૂફી, આદિલ શાહી વંશ દરમિયાનના સૂફીઓ અને આદિલ શાહી વંશના પતન પછીના સૂફી. અને આગળ, તેને સૂફીઓને યોદ્ધા તરીકે, સૂફીઓને સમાજ સુધારક તરીકે, સૂફીઓને વિદ્વાનો, કવિઓ અને લેખકો તરીકે વર્ગીકૃત કરી શકાય છે. ઇબ્રાહિમ ઝુબૈરી તેમના પુસ્તક રૌઝાતુલ ઔલીયા બીજપોર (1895 દરમિયાન સંકલિત) માં લખે છે જે વર્ણવે છે કે બીજાપુરમાં 30 થી વધુ કબરો અથવા દરગાહ છે જેમાં 300 થી વધુ ખાનકાઓ છે એટલે કે, ઇસ્લામિક મિશનરી શાળાઓ જેમાં અલગ-અલગ વંશના હુસાની જેવા શિષ્યોની નોંધપાત્ર સંખ્યા છે. સદાત, રઝાવી સદાત, કાઝમી સદાત, શેખ સિદ્દીકીસ, ફારૂકીસ, ઉસ્માનીસ, અલ્વીસ, અબ્બાસીસ અને અન્ય અને આધ્યાત્મિક સાંકળો જેમ કે કૌદરી, ચિશ્તી, સુહરવદી, નક્શબંદી, શુત્તરી, હૈદરી વગેરે.

બીજા હાફમાં 16મી સદીના ઉત્તરાર્ધમાં, અને 17મી સદીમાં આદિલ શાહિસના નેજા હેઠળ, બીજાપુરની રાજધાની ભારતના પ્રખ્યાત શહેરોમાં એક અગ્રણી સ્થાન ધરાવે છે. તે સંસ્કૃતિ, વેપાર અને વાણિજ્ય, શિક્ષણ અને અધ્યયન વગેરેનું એક મહાન કેન્દ્ર હતું. તે તેની પોતાની સંસ્કૃતિ માટે જાણીતું હતું, જેને બીજાપુર સંસ્કૃતિ કહેવાય છે. બીજાપુરના ગૌરવના પરાકાષ્ઠા દરમિયાન વિવિધ સમુદાયો અને લોકોનો મેળાવડો હતો. કેટલીકવાર ઘણી બાબતોમાં તે મુઘલ ભારતના મહાન શહેરો દિલ્હી અને આગ્રાને પાછળ છોડી દે છે.

યુસુફ આદિલ શાહ પહેલાં, આદિલ શાહીઓના સ્થાપક બીજાપુરને તેના નવા કોતરેલા રાજ્યની રાજધાની બનાવી શક્યા હતા; નગર નોંધપાત્ર મહત્વ ધરાવે છે. ખલજીઓએ બીજાપુરને તેમના ગવર્નરનું સ્થાન બનાવ્યું, અને થોડા સમય પછી ખ્વાજા મહમૂદ ગવાન, બાહમની વડા પ્રધાને બીજાપુર પ્રદેશને એક અલગ પ્રાંતમાં બનાવ્યો. તેમની પાસે બીજાપુરમાં "કાલા બાગ" નામની મિલકત હતી. તેણે ઈન-ઉદ્દ-દીન ગંજ-ઉલ-ઉલ્લુમનો મકબરો બાંધ્યો. ઝિયા-ઉદ્દ-દીન ગઝનવી, હાફિઝ હુસૈની અને હમઝાહ હુસૈની વગેરેના મકબરોની સ્થાપત્ય સૂચવે છે કે આ ઈમારતો બહમાની કાળની છે. આ રીતે બીજાપુર આદિલ શાહી વંશના પ્રારંભિક સુલતાનો હેઠળ એકદમ મોટું શહેર હતું.

રાજધાની ધીમે ધીમે આગળ વધતી ગઈ, જો કે, 1558માં સુલતાન અલી આદિલ શાહ I ના રાજ્યારોહણ પછી તેનો તારો ચડતો હતો. 1565માં તાલીકોટાના યુદ્ધમાં તેની જીત અને કૃષ્ણ-તુંગભદ્ર પ્રદેશોમાં આગળની ઝુંબેશથી અઢળક સંપત્તિ મળી. આથી તેણે તેની સજાવટ પર ભરપૂર ખર્ચ કરવાનું શરૂ કર્યું. તેના હેઠળ દર વર્ષે કોઈને કોઈ નવી ઈમારત, મહેલ, મસ્જિદ, કોઈ ગઢ અથવા મિનારો જોયો. તેમના અનુગામી ઈબ્રાહિમ આદિલ શાહ બીજાએ ઉમેર્યું, તેથી કહીએ તો, બીજાપુરની સુંદરતામાં વધારો કરવા માટે એક મોતીનો હાર, ઈબ્રાહિમ રુઝા અને મોહમ્મદ આદિલ શાહે તેને ગોલ ગુમ્બાઝ નામના અમૂલ્ય રત્નનો તાજ પહેરાવ્યો. આમ આદિલ શાહી રાજાઓએ રાજધાની શહેરમાં તેમના હૃદય અને આત્મા રેડ્યા. અલી આદિલ શાહ I 1558 ના રાજ્યારોહણથી મોહમ્મદ આદિલ શાહના મૃત્યુથી 1656 સુધીના સમયગાળાને આદિલ શાહીઓનો સુવર્ણ યુગ કહી શકાય કારણ કે રાજ્ય જીવનના તમામ ક્ષેત્રોમાં વિકસ્યું હતું.

ઈબ્રાહિમ આદિલ શાહ II ના શાસન દરમિયાન બીજાપુરની વસ્તી 984,000 સુધી પહોંચી હોવાનું કહેવાય છે અને કુલ 1,600 મસ્જિદો હતી. મોહમ્મદ આદિલ શાહના શાસનમાં વસ્તી વધુ વધી. ઇતિહાસકાર જે.ડી.બી. ગ્રિબલ લખે છે

શાહપુરના ઉપનગરોમાં અને તેની આસપાસ માત્ર એક મિલિયન લોકો રહેતા હતા. કિલ્લાની દિવાલોની અંદર જ્યારે આશ્રય મુશ્કેલ બની ગયો ત્યારે સુલતાનોએ ફતેહપુર, અલીયાબાદ, શાહપુર અથવા ખુદાનપુર, ચાંદપુર, ઇનાયતપુર, અમીનપુર, નવાબપુર, લતીફપુર, ફકીરપુર, રસૂલપુર, અફઝલપુર, પાદશાહપુર, રામભાપુર, આધાપુર (ખોટી રીતે ઝોહરાપુર) ના ઉપનગરોની સ્થાપના કરી. ખાદીજાહપુર, હબીબપુર, સલાબતપુર, ચારબીપુર, તાહવરપુર, શારઝાહપુર, યાકુબપુર, નૌરસપુર, દયાનતપુર, સિકંદરપુર, કાદિરપુર, બુરહાનપુર, ખ્વાસપુર, ઈમામપુર, અચિનપુર બહમનહોલ વગેરે આ ઉપનગરો બિજાપુરના પંદર માઇલના પરિધમાં ફેલાયેલા છે. ચારે બાજુથી, બીજાપુર કિલ્લાના દરવાજા રસ્તાઓ સાથે સંપૂર્ણ રીતે જોડાયેલા હતા, અને લોકોને સારી સુવિધાઓ હતી.

• **આદિલ શાહી સુલતાનોએ પાણીની વ્યવસ્થા બનાવી**

આદિલ શાહી સુલતાનોએ બીજાપુર અને તેના ઉપનગરોના લોકો માટે શુદ્ધ અને આરોગ્યપ્રદ પાણીની વિસ્તૃત વ્યવસ્થા કરી હતી. તોરવી ખાતે ચણતર બંધ બાંધવામાં આવ્યો હતો. તેની દૂર પૂર્વ બાજુએ આપણને બીજો ડેમ મળે છે. આ બે ડેમ તોરવી અને અફઝલપુરના જળાશયોને પાણી આપે છે. આ કામો દ્વારા શાહપુર અને પાટનગરના ઉપનગરોમાં પાણી પહોંચાડવામાં આવતું હતું. ઈતિહાસકાર સી. સ્વીટ્ઝરનો અભિપ્રાય છે કે ટોરવી જળચર એ આદિલ શાહીની ઈજનેરીની ખૂબ જ વિશ્વસનીય સિદ્ધિ છે. શહેરમાં હાલના પાણી પુરવઠાને વધારવા માટે મોહમ્મદ આદિલ શાહે બીજાપુરની દક્ષિણમાં જહાં બેગમ તળાવ (બેગમ તાલાબ)નું નિર્માણ કર્યું.

આ તળાવ શહેરની દક્ષિણ અને પૂર્વ બાજુઓને ખવડાવતું હતું. આમ પાટનગરના દરેક આવનારા સુધી પાણી પહોંચ્યું હતું. આ ઉપરાંત, આસપાસના લોકોની પાણીની જરૂરિયાતોને પૂરક બનાવવા માટે, સુલતાનો અને ઉમરાવોએ મોટા અને નાના ફુવાઓ બાંધ્યા. 1819માં બીજાપુરની મુલાકાત લેનાર કેપ્ટન સાઈક્સ અહેવાલ આપે છે કે, બીજાપુરની દિવાલોની અંદર પગથિયાં વગરના 700 ફૂવા (બૌડી) અને 300 ફૂવા (કુઆન અથવા નાના ફૂવા) હતા. તદ્‌પરાંત, અમને બીજાપુરની આજુબાજુમાં રંગરેઝ તાલાબ, ક્વાસિમ તાલાબ, ફતેહપુર તાલાબ અને અલ્લાહપુર તાલાબ નામના તળાવો અને તળાવોના અવશેષો મળે છે. બેગમ તાલાબ, જે 234.22-એકર (0.9479 કિમી2) ટાંકી છે, જેનું નિર્માણ મોહમ્મદ આદિલ શાહ દ્વારા 1651માં જહાં બેગમની યાદમાં કરવામાં

આવ્યું હતું.

આ ટાંકીનો ઉપયોગ શહેરમાં પીવાના પાણીનો પુરવઠો સુનિશ્ચિત કરવા માટે થતો હતો. તળાવની જમણી બાજુએ એક ભૂગર્ભ ઓરડો છે જ્યાંથી માટીના પાઈપોમાં શહેરને પાણી પૂરું પાડવામાં આવતું હતું. 15 ફુટ (4.6 મી) થી 50 ફુટ (15 મી) ની ઊંડાઈ સુધી નાખવામાં આવેલ પાઈપોને જોડવામાં આવી હતી અને ચણતરમાં કેસ કરવામાં આવ્યો હતો. 25 ફૂટ (7.6 મીટર) થી 40 ફૂટ (12 મીટર) ઊંચાઈના ઘણા ટાવર્સ જેને "ગુંજ" તરીકે ઓળખવામાં આવે છે, તે પાણીના દબાણને છોડવા અને પાઈપોને બધે જ ફૂટતા અટકાવવા માટે બનાવવામાં આવ્યા હતા. આ ટાવર્સ પાઈપોમાં ગંદકીને તળિયે રહેવાની અને સ્પષ્ટ પાણીને વહેવા દે છે.

• બજારો અને પીટ્સ

બીજાપુર રાજધાની અને મોટા વ્યાપારી કેન્દ્ર હોવાને કારણે ડેક્કન અને ભારતના ઘણા ભાગો અને વિદેશી ભૂમિમાંથી મોટી સંખ્યામાં વેપારીઓ અને પ્રવાસીઓને આકર્ષ્યા હતા. અબ્દાલ, એક દરબારી કવિ તેના ઇબ્રાહિમ નમહમાં લખે છે, (બીજાપુરના બજારોમાં) જુદા જુદા દેશોના ધનાઢ્ય વેપારીઓ દરેક દિશામાં (તેમની કિંમતી વસ્તુઓ સાથે) બેઠા હતા. બીજાપુરમાં વેપારીઓ તેની સાથે જોડાયેલી સરાઈમાં રહી શકતા હતા. મસ્જિદો અથવા અન્ય જાહેર ઇમારતો. આવી સરાઈઓ તાજ બૌદી, સંદલ મસ્જિદ, બુખારી મસ્જિદ, બલ્લાદ ખાન મસ્જિદ વગેરેમાં જોવા મળે છે.

નવાબ મુસ્તફા ખાને, મોહમ્મદ આદિલ શાહના એક પ્રખ્યાત ઉમરાવ, બીજાપુરની પશ્ચિમમાં એક મોટી સરાઈ બંધાવી હતી, જેનો ઉપયોગ હવે જિલ્લા જેલ તરીકે થાય છે. વિશ્વના વિવિધ ભાગોમાંથી ઘણા રાજદૂતો, વેપારીઓ, પ્રવાસીઓ, વગેરેએ બીજાપુરની ભવ્યતા અને ભવ્યતાના પરાકાષ્ઠામાં મુલાકાત લીધી હતી, અને તેઓએ બીજાપુરની ભૂતકાળની ભવ્યતાના તેમના મૂલ્યવાન હિસાબો પાછળ છોડી દીધા હતા. 1013 માં (1604-1605) મુઘલ સમ્રાટ અકબર, કમિશનર મિર્ઝા અસદ બેગ, રાજદ્વારી વ્યવહાર માટે બીજાપુરમાં તેમના દરબારના એક મહાનુભાવોમાંથી એક. તેઓ એવા વ્યક્તિ હતા જેમણે આગ્રા અને દિલ્હીને તેમના ભવ્ય દિવસોમાં જોયા હતા. તેણે પોતાનું એકાઉન્ટ લખ્યું, "હાલત-એ-અસદ બેગ અથવા વકિયત-એ-અસદ બેગ".

તેમના અહેવાલ પરથી આપણે મધ્યકાલીન યુગમાં ભારતના અદ્ભુત શહેરોમાં બીજાપુરે કબજો મેળવ્યો તે સ્થાનનો થોડો ખ્યાલ બનાવી શકીશું.

તેમણે શહેરની તેમની છાપમાં આદિલ શાહી દરબારની ભવ્યતા અને તેના રિવાજો ટાંક્યા છે: શાબાનની 17મી તારીખે હું આદિલ ખાન (ઇબ્રાહિમ આદિલ શાહ II) ને મળવા માટે મારી સાથે આવેલા અટેન્ડન્ટ્સ સાથે આગળ વધ્યો, અને આવા સમારોહ માટે નિયુક્ત બીજાપુર ખાતે ગગન મહેલ તળાવ પરની ઇમારતમાં તેમની સાથે પરિચય થયો. તે યોગ્ય રીતે સજ્જ એક ખૂબ જ સુખદ સ્થળ હતું. બે-ત્રણ ઘરોમાં ઓરડાઓ એકદમ ટિપ-ટોપ સ્થિતિમાં હતા, અને તે દિવસે પ્રાર્થના પછી આદિલ ખાન આવ્યો, તમામ ઠાઠમાઠ અને સંજોગોની શુભેચ્છા પાઠવી, ત્યારબાદ હાથીઓનો સમૂહ... તે મહેલ, જેને તેઓ હજ્જાહ કહેતા.

મારા રહેઠાણના દરવાજાની આજુબાજુ ઘરો અને પોર્ટિકો સાથેની ઊંચી ઇમારતો હતી; પરિસ્થિતિ ખૂબ જ સ્વસ્થ અને હવાદાર હતી. તે શહેરમાં ખુલ્લી જગ્યામાં આવેલું છે. તેનો ઉત્તરીય પોર્ટિકો 'બજાર' ની પૂર્વમાં ઘણી હદ સુધી, ત્રીસ ગજ જેટલો પહોળો અને લગભગ બે કોસ લાંબો છે. દરેક દુકાન પહેલાં એક સુંદર લીલુંછમ વૃક્ષ હતું, અને આખું 'બજાર' અત્યંત સ્વચ્છ અને શુદ્ધ હતું.

તે દુર્લભ ચીજવસ્તુઓથી ભરેલો હતો, જેમ કે અન્ય કોઈ શહેરમાં જોવામાં કે સાંભળવામાં આવ્યો નથી. ત્યાં કાપડ વેચનાર, ઝવેરીઓ, બખ્તરો, વીંટીઓ, માછલીઓ વેચનારાઓ અને રસોઈયાઓની દુકાનો હતી... જ્વેલર્સની દુકાનોમાં વિવિધ પ્રકારનાં ઝવેરાત હતા. ખંજર, છરીઓ, અરીસાઓ, ગળાનો હાર અને "લાસો" જેવા વસ્તુઓ, જેમ કે પોપટ, કબૂતર અને મોર વગેરે પક્ષીઓના રૂપમાં. બધા મૂલ્યવાન ઝવેરાતથી જડેલા, અને છાજલીઓ પર ગોઠવાયેલા, ઉપરથી એક ઉપર ચઢીને અન્ય આ દુકાનની બાજુમાં દુર્લભ વાંદડાઓ સાથે બેકર હશે, તે જ રીતે, છાજલીઓના સ્તરો પર સમાન રીતે મૂકવામાં આવશે.

પછી કપડાના વેપારી, પછી સ્પિરિટના વેપારીના વિવિધ પ્રકારના ચાઇના જહાજો, કિંમતી ક્રિસ્ટલ બોટલો, મોંઘા કપ, પસંદગી અને દુર્લભ એસેન્સથી ભરેલા, છાજલીઓ પર ગોઠવાયેલા, જ્યારે દુકાનની આગળ ડબલ-ડિસ્ટિલ સ્પિરિટના જાર હતા. તે ઉપરાંત દુકાન ફુટરની હશે, જેમાં તમામ પ્રકારના ફળો અને મીઠાઈઓ, જેમ કે પિસ્તા, બદામ અને સ્વાદ અને ખાંડ-કેન્ડી અને બદામથી ભરપૂર હશે. બીજી બાજુ વાઇનના વેપારીની દુકાન, અને ગાયકો, નર્તકો અને વિવિધ પ્રકારના ઝવેરાતથી શણગારેલી સુંદર સ્ત્રીઓ અને સુંદર ચહેરાવાળા ગીતકારોની સ્થાપના હોઈ શકે છે, જે ઇચ્છિત હોય તે કરવા માટે તૈયાર છે. ટૂંકમાં, આખું 'બજાર' વાઇન અને સૌંદર્ય, નૃત્ય, અત્તર, ઝવેરાત, તમામ પ્રકારના, થાળીઓ અને વાસણોથી ભરેલું હતું.

એક શેરીમાં હજારો લોકો દારૂ પીતા હતા, અને નર્તકો, પ્રેમીઓ અને આનંદ શોધનારાઓ ભેગા થયા હતા; કોઈએ એકબીજા સાથે ઝઘડો કે વિવાદ કર્યો ન હતો અને વસ્તુઓની આ સ્થિતિ કાયમી હતી. કદાચ વિશાળ વિશ્વમાં કોઈ સ્થાન પ્રવાસીની આંખ માટે આનાથી વધુ અદ્ભુત ભવ્યતા રજૂ કરી શકે નહીં... (સમ્રાટ અકબર માટે) में રૂ. 25900 નીલમણિ, 'પોખરાજ', 'નિલમ' અને ઝવેરાતથી બનેલા પક્ષીઓ. में હીરા અને 'ડુગડુગી' રૂ.માં ખરીધા. 55000 અને મીર જમાલુદ્દીન મંજૂર કર્યા પછી કિંમત ચૂકવવા સંમત થયા. મિર્ઝા અસદ બેગે 24 જાન્યુઆરી 1604ના રોજ બીજાપુર છોડ્યું. બીજાપુરના તેમના ગ્રાફિક અહેવાલ આપણને જણાવે છે કે આ શહેર કેવી રીતે સમૃદ્ધ, સમૃદ્ધ અને વિકસતું હતું.

1638માં ડેક્કન વિસ્તારની મુલાકાત લેનાર અન્ય પ્રવાસી માન્ક્ટેસ્લો લખે છે, બીજાપુર સમગ્ર એશિયામાં સૌથી મહાન શહેરોમાંનું એક હતું, પાંચ ''લીગ'' (એટલે કે, પંદર માઇલ) કરતાં વધુ શહેરમાં પાંચ મહાન ઉપનગરો હતા જ્યાં મોટાભાગના વેપારીઓ રહેતા હતા અને સ્થાનપુર (શાહપુર)માં મોટાભાગના ઝવેરીઓ હતા. મોંઘા મોતીનો વેપાર.

એ જ રીતે, 1631 અને 1667 ની વચ્ચે ભારતની મુલાકાત લેનાર જિન બાપ્ટિસ્ટ ટેવર્નિયર, એક ઝવેરી હતા, કદાચ તેઓ તેમના કેટલાક ઝવેરાત વેચવા માટે બીજાપુર ગયા હતા. તેમણે અમારા માટે એક હિસાબ રાખ્યો છે, જેમાં તેઓ વર્ણવે છે કે બીજાપુર એક મહાન શહેર હતું... તેના વિશાળ ઉપનગરોમાં ઘણા સુવર્ણકારો અને ઝવેરીઓ રહેતા હતા... રાજાનો મહેલ (અર્કિલ્લાહ અથવા કિલ્લો) વિશાળ હતો, પરંતુ અયોગ્ય હતો અને પ્રવેશ તે ખૂબ જ ખતરનાક હતું કારણ કે જે ખાડો સાથે તે ગર્ત હતો તે મગરથી ભરેલી હતી. તે જ રીતે, ડચ પ્રવાસી, બાલ્ડિયસ, અંગ્રેજી ભૂગોળશાસ્ત્રી, ઓગિલબી અને અન્ય લોકો બીજાપુરની મહાનતાની પ્રશંસા કરે છે.

આદિલ શાહી સુલતાનો બગીચા, પાણીના મંડપ અને રિસોર્ટના શોખીન હતા; તેથી તેઓએ આવા મનોરંજક સ્થળોની હાજરી દ્વારા બીજાપુરને સુંદર બનાવ્યું. રફીઉદ્દીન શિરાઝી તેમના ''તઝકીરાતુલ-મુલ્ક''માં લખે છે કે ઇબ્રાહીમ આદિલ શાહ I ના શાસન દરમિયાન એક બગીચો 60 ગજ લાંબો અને 60 ગજ પહોળો હતો, જે બહારના ''હિસાર'' (એટલે કે, અરબાહ) અને અન્ય અંદર નાખ્યો હતો. 20 યાર્ડ લાંબો અને 20 યાર્ડ પહોળો, અંદરની એક (એટલે કે, અર્કિલા દિવાલ અથવા સિટાડેલ) બાંધવામાં આવ્યો હતો. અલી આદિલ શાહ પ્રથમના શાસનમાં ફળોના ઘણા વૃક્ષો એટલે કે.

ગંધયુક્ત નારંગી, ખજૂર, દ્રાક્ષ, દાદમ, અંજીર, સફરજન. ગરમ અને ઠંડા વાતાવરણના દેશોમાંથી લાવેલા 'નાર' (પક્ષી જેવા ફળ) વગેરે બગીચાઓમાં

ગોઠવવામાં આવ્યા હતા. જુદા જુદા ઐતિહાસિક સ્રોતોમાંથી આપણને બીજાપુરમાં કિશ્વર ખાન બાગ, અલી બાગ, દૌ-અઝ-દેહ (બાર) ઈમામ બાગ, અલવી બાગ, અરકિલ્લા બાગ, નૌરોઝ બાગ, ઈબ્રાહીમ બાગ, મુરારી બાગ, નગીનાહ બાગ વગેરે જેવા બગીચાઓના સંદર્ભો મળે છે.

રાજધાનીમાં દક્ષિણ બાજુએ, એક પ્રખ્યાત આદિલ શાહી ઉમદા, મુબારક ખાને પાણીના પેવેલિયન અને રિસોર્ટનું નિર્માણ કર્યું. તેવી જ રીતે, બીજાપુરની પૂર્વમાં લગભગ 12 માઈલ દૂર કુમાતાગી ગામમાં, સુલતાનોએ શાહી સભ્યો માટે પાણીના મંડપ અને રિસોર્ટ નાખ્યા. બીજાપુરમાં મુસ્લિમો પોતાનું શાસન સ્થાપિત કરી શકે તે પહેલાં, તે દક્ષિણ ભારતમાં શિક્ષણનું એક મહાન કેન્દ્ર હતું. તે દ્વિભાષી મરાઠી-સંસ્કૃત શિલાલેખ પરથી સ્પષ્ટ થાય છે, જે કરીમુદ્દીન મસ્જિદ 16માં ફારસી શિલાલેખ હેઠળ લખાયેલું છે કે બીજાપુર શહેરને ""દક્ષિણનું બનારસ"" શીર્ષક આપવામાં આવ્યું છે. પ્રાચીન સમયથી ઉત્તર ભારતમાં બનારસ શિક્ષણનું પ્રખ્યાત કેન્દ્ર હતું.

બીજાપુરના ખાઈજી ગવર્નર, મલિક કરીમુદ્દીનને કદાચ આ જગ્યાએ શીખવાની મહાન પ્રવૃત્તિઓ જોવા મળી હતી; આથી તેણે બીજાપુરને દક્ષિણનું બનારસ ગણાવ્યું. ખલજીઓએ સમગ્ર દક્ષિણ ભારત પર વિજય મેળવ્યો અને તેઓ યાદવોના દૌલતાબાદ, કાકતિયાના વારંગલ, હોયસાલાના દ્વારસમુદ્ર અને પંડ્યાના મદુરાઈ જેવા પ્રખ્યાત શહેરોથી સારી રીતે પરિચિત હતા. જો કે, તેઓએ આમાંના કોઈપણ શહેરને બીજાપુર સિવાય દક્ષિણના બનારસ તરીકે હકદાર આપ્યો ન હતો, જોકે આ શહેરો શાસક રાજવંશોની રાજધાની હતા. બાહ્મણીઓના શાસન દરમિયાન બીજાપુરે તેની શૈક્ષણિક શ્રેષ્ઠતા જાળવી રાખી હતી. ભારતના જાણીતા વિદ્વાન સૂફી, આઈનુદ્દીન ગંજુલુમ જુનૈદી, જેમણે કુરાની ભાષ્ય, કુરાત (કુરાની પઠનની કલા), હદીસ (ભવિષ્યવાણીની પરંપરાઓ), વિદ્વાનો, કાયદાના સિદ્ધાંતો, ફિક (ઇસ્લામિક કાયદો), સુલુક (વર્તણૂક) ની 125 કૃતિઓ લખી હતી.). વાક્યરચના, લેક્સિકોગ્રાફી, અનસાબ (વંશાવળી).

ઈતિહાસ, તિબ્બ (દવા), હિલમત, સનફ (ગ્રામમાઈજ), ક્વાસીદાહ, વગેરે 1371 થી 1390 માં તેમના મૃત્યુ સુધી રહેતા હતા. તેમના શિષ્ય અને અન્ય સૂફી જેમ કે ઈબ્રાહિમ સાંગાણી અને તેમના પુત્રો, અબ્દુલ્લા એઆઈ-ગઝ્ઝાની, ઝિયાઉદ્દીન ગઝનવી અને શાહ હમઝાહ હુસૈનીએ બીજાપુરમાં તેમની ઉમદા સાહિત્યકારોની પરંપરાઓને જીવંત રાખી. બીજાપુરના આદિલ શાહીઓના આશ્રય હેઠળ શિક્ષણ ક્ષેત્રે ખૂબ આગળ વધ્યા. ઇસ્લામિક વિશ્વમાં શૈક્ષણિક પ્રવૃત્તિઓમાં તેને 'બીજા બગદાદ' તરીકે ગણવામાં આવતું હતું. આ ક્ષેત્રમાં તેની લોકપ્રિયતાને કારણે ઇબ્રાહિમ આદિલ શાહ II એ તેનું નામ "વિદ્યાપુર" રાખ્યું

છે. બીજાપુરના તમામ સુલતાનો અક્ષરના માણસો હતા.

અલી આદિલ શાહ I ધર્મ, તર્કશાસ્ત્ર, વિજ્ઞાન, વાક્યરચના, વ્યુત્પત્તિશાસ્ત્ર અને વ્યાકરણમાં સારી રીતે વાકેફ હતા. તેઓ શોખીન હતા. વાંચન એ હદ સુધી કે પ્રવાસ દરમિયાન તેઓ પુસ્તકોના મોટા બોક્સ પોતાની સાથે રાખતા હતા.બધા સુલતાનો શિક્ષકો અને વિદ્વાનોને આશ્રય આપતા હતા.રાજધાનીમાં તે નિયમિત હતું કે વિદ્વાનો જુદા જુદા સ્થળોએ મળતા હતા અને તેમની વચ્ચે વિદ્વાનોની ચર્ચાઓ થતી હતી. રાજધાનીમાં રોયલ લાયબ્રેરી અસ્તિત્વમાં હતી જેમાં લગભગ સાઠ માણસો, સુલેખનકારો, પુસ્તકોના ગિલ્ડર્સ, બુક બાઈન્ડર અને પ્રકાશકો આખો દિવસ પુસ્તકાલયમાં તેમના કામમાં વ્યસ્ત રહેતા હતા. શેષ વામન પંડિત રોયલ ગ્રંથપાલ હતા.

ઇબ્રાહિમ-II ના દરબારી કવિ બકીર ખુર્દ-એ-કાસમ રોયલ લાઇબ્રેરીમાં ટ્રાન્સક્રિબર તરીકે કામ કરતા હતા. રાજધાનીના જાણીતા વિદ્વાનોમાં શાહ નવાઝ ખાન, અબ્દુલ રશીદ-અલ-બસ્તાગી, શાહ સિબગતુલ્લાહ હુસૈની, શેખ અલીમુલ્લાહ મુહદ્દીસ (મુહમ્મદની કહેવતો અથવા પરંપરાઓ અને જુમ્મા મસ્જિદમાં ધર્મશાસ્ત્રના શિક્ષક), મુલ્લાન હસન ફરાગી, મુલ્લાન હબીબુલ્લાહ, શાહ મોહમ્મદ હતા. મુલ્કી અને શાહ હબીબુલ્લાહ હુસૈની. શાહ ઝૈન મુકબિલ, એક મહાન શિક્ષણ અને પુસ્તકોના પ્રેમી, તેમની પુસ્તકાલયમાં આઠસો હસ્તપ્રતો હતી, જેમાંથી ત્રણસોથી વધુ તેમના દ્વારા લખવામાં આવી હતી. મીરાં મોહમ્મદ મુદરિસ હુસૈની પણ એક મહાન શિક્ષક હતા.

અસાર મહેલમાં બે મદરેસા (ધાર્મિક શાળાઓ) હતી, એક હદીસ (પરંપરા) શીખવવા માટે અને બીજી ફિકાહ અને ઈમાન (ધર્મશાસ્ત્ર અને માન્યતા) માટે. સ્વાદિષ્ટ ભોજન સાથે મફત શિક્ષણ અને દરેક વિદ્યાર્થીને એક હુણનું સ્ટાઈપેન્ડ આપવામાં આવ્યું હતું. મસ્જિદોમાં મક્તબ (પ્રાથમિક શાળાઓ) હતી જ્યાં અરબી અને ફારસી અભ્યાસ શીખવવામાં આવતો હતો. રાજ્ય દ્વારા વિના મૂલ્યે પુસ્તકો પૂરા પાડવામાં આવે છે. વાર્ષિક પરીક્ષામાં ઉત્કૃષ્ટ દેખાવ કરનાર વિદ્યાર્થીઓને હુનમાં ઈનામો મળ્યા અને બાદમાં ઉચ્ચ અને માનનીય પદ પર નિમણૂક કરવામાં આવી.

આ ઉપરાંત, મોટાભાગના સૂફીઓએ તેમના પોતાના ખાનખાઓ (શિષ્યો માટેના સંમેલનો) અને કુતુબ ખાનસ (પુસ્તકાલયો) જાળવી રાખ્યા હતા. આજની તારીખે પણ કેટલાક સૂફીઓના વંશજોએ આ પરંપરા ચાલુ રાખી છે. રાજ્યના આશ્રયના પરિણામે, અરબી, ફારસી અને દખાની ઉર્દૂમાં મોટાભાગનું સાહિત્ય આવ્યું. આ ઉપરાંત સંસ્કૃત, મરાઠી અને કન્નડ જેવી ભાષાઓનો વિકાસ થયો. ઈબ્રાહીમ આદિલ શાહ II ના દરબારી કવિ પંડિત નરહરિએ તેમના માસ્ટર

પર કાવ્યાત્મક ઉત્કૃષ્ટતાની રચના કરી, જેને નૌરસ મંઝરફ કહેવાય છે. પંડિત રુકમાંગદાના શિષ્ય શ્રી લક્ષ્મીપતિએ સંગીતના રાગોમાં અનેક મરાઠી અને હિન્દી ભક્તિ ગીતોની રચના કરી હતી. મરાઠી સાહિત્યમાં સ્વામી યાદવેન્દ્રનું પણ આગવું યોગદાન હતું. રાજ્યના દક્ષિણમાં, સત્તાવાર વ્યવહાર કન્નડમાં કરવામાં આવતો હતો.

• બહમાની સામ્રાજ્ય

કન્દેશ અને પાંચ સલ્તનત ડો. જમાન ખોદાય કહે છે, બીજાપુરના રાજ્યમાં તબીબી સહાય અને દારુશ-શફા અસ્તિત્વમાં હતા. હોસ્પિટલોમાં જુદા જુદા વિભાગોએ વિવિધ તાવ, આંખ અને કાનની સમસ્યાઓ, ચામડી અને અન્ય રોગોની સારવાર અને સારવાર કરી હતી. અમારી પાસે એવા સંદર્ભો છે કે સામ્રાજ્યમાં ચિકિત્સકો યુનાની, આયુર્વેદિક, ઈરાની અને યુરોપિયન દવાઓની પ્રેક્ટિસ કરતા હતા. હકીમ ગિલાની અને ફર્નાલોપ ફિરંગી, એક યુરોપિયન ચિકિત્સક અને સર્જન ઇબ્રાહિમ આદિલ શાહ II હેઠળ કામ કર્યું હતું.

ફર્નાલોપે તેના બીમાર આશ્રયદાતાને ખોટી રીતે સારવાર આપી, જેના કારણે સુલતાનનું મૃત્યુ થયું. ખવાસ ખાને તેને પકડી લીધો, અને સજા તરીકે તેનું નાક અને હોઠ કાપી નાખ્યા. કંઈપણ ડર્યા વિના, ફેનાલોપ તેના ઘરે પાછો ફર્યો અને તેના એક ગુલામનું નાક અને હોઠ કાપી નાખ્યો, અને તે જ તેના પોતાના પર એટલો બાંધી દીધો કે તે જલ્દી જ ડાઘથી પણ સાજો થઈ ગયો. તેઓ બીજાપુરમાં લાંબો સમય રહ્યા અને ઘણી સફળતા સાથે તેમની પ્રેક્ટિસ ફરી શરૂ કરી. બીજાપુર ખાતે દવાખાના સાથે જોડાયેલા અથિખ્પા, એક આયુર્વેદિક ચિકિત્સક, તેમના પુત્ર ચંપા માટે, તિબ્બ-એ-બહરી-ઓ-બારી, દવા પરનો ગ્રંથ તૈયાર કર્યો. તેમાં માનવ શરીરના કેટલાક ભાગોની ટૂંકી શબ્દભંડોળ અને અરબી અને ઉર્દૂમાં તેમની સમકક્ષ સાથે કેટલીક દવાઓ છે.

તેમાં દર્દીઓની તપાસ અને લક્ષણો અને રોગોની સારવાર અંગેના સંકેતો પણ છે. હકીમ મોહમ્મદ હુસૈન ઉનાની અને હકીમ મોહમ્મદ માસુમ ઈસ્ફહાની પાસેથી શિક્ષણ મેળવવામાં અને તેમને શીખવવામાં લાંબો સમય વિતાવ્યો હતો. મહાન ઇતિહાસકાર ફિરિશ્તા નિષ્ણાત આયુર્વેદિક ચિકિત્સક હતા. તેમણે હકીમ-એ-મિસ્સી અને અન્ય હિંદુ ચિકિત્સકો હેઠળ આ પદ્ધતિનો અભ્યાસ કર્યો. નિપુણતા પ્રાપ્ત કર્યા પછી, તેણે પોતાની દવાખાનું શરૂ કર્યું અને પેટન્ટ દવાઓ અને લોકપ્રિય દવાઓ તૈયાર કરી. તેમની પાસે સંસ્કૃતનું અઢળક જ્ઞાન હતું, તેથી તેમણે વાગભટ, ચરક અને સુશ્રુતની સંહિતાઓ જેવી આયુર્વેદની

કૃતિઓનો સંપૂર્ણ અભ્યાસ કર્યો અને દસ્તુર-એ-અત્તિબ્બા અથવા ઇક્તિયારત-એ-કાસ્મી લખ્યા.

આ પુસ્તકમાં તેમણે જગદેવ, સાગરભટ અને સવા પંડિત જેવા પ્રખ્યાત આયુર્વેદિક ચિકિત્સકોના નામનો ઉલ્લેખ કર્યો છે. તે વિવિધ રોગો, જડીબુટ્ટીઓ અને દવાઓના નામ ટાંકે છે અને સરળ અને સંયોજન દવાઓ અને તેની તૈયારીના સૂત્રોની પણ ચર્ચા કરે છે. આ પુસ્તક એકદમ વ્યાપક છે કારણ કે તેનો વ્યાપ શરીર રચના, શરીરવિજ્ઞાન અને ઉપચાર સુધી વિસ્તરેલો છે. એવું લાગે છે કે ફિરિશ્તા વનસ્પતિશાસ્ત્રમાં પણ નિષ્ણાત હતી. તેમણે ભારતના ઔષધીય વનસ્પતિઓ, છોડ અને ફળોની વિશેષતાઓ અંગે મિનિટોની વિગતો આપી હતી.

અન્ય એક ચિકિત્સક હકીમ રુકના-એ-મૈશ જે દવામાં કુશળ હતા તેઓ મુઘલો સાથે જોડાયા તે પહેલા થોડો સમય ઈબ્રાહીમ આદિલ શાહ II ના દરબારમાં રહ્યા હતા. એ જ સુલતાનના કહેવાથી; યુનુસ બેગે દવા પરનું પુસ્તક કિતાબ-એ-ટીઆઈબીબી પૂર્ણ કર્યું. મોહમ્મદ આદિલ શાહના દરબારી કવિ, હકીમ આતિશી પાસે દવામાં અનન્ય કુશળતા હતી અને તેણે રોયલ ફિઝિશિયન તરીકે સેવા આપી હતી. તે સુલતાનના અંગત ચિકિત્સક હતા, તેમની પરવાનગી વિના તેઓ અન્ય દર્દીઓની સારવાર કરી શકતા ન હતા.

એકવાર પરવાનગી લઈને તેણે ખાન-એ-ખાનન ઇખલાસ ખાનનો ઈલાજ કર્યો. જ્યારે અન્ય ચિકિત્સકો સંપૂર્ણપણે નિષ્ફળ ગયા ત્યારે જ આતિશીએ આ કઠોર ફરજ લીધી. તેમની ચમત્કારિક સારવારથી દર્દીઓ ત્રણ અઠવાડિયામાં સાજા થઈ ગયા. આમ આદિલ શાહી સુલતાનો અને ઉમરાવોએ ક્યારેય તબીબી સેવાઓની અવગણના કરી ન હતી અને ચિકિત્સકોને હંમેશા સુંદર ઈનામો આપીને પ્રોત્સાહિત કર્યા હતા. આવા પ્રોત્સાહનને કારણે કેટલાક દાક્તરોએ દવા પર સાહિત્યનું નિર્માણ કર્યું. આદિલ શાહી રાજાઓ સંગીતના મહાન પ્રેમી હતા; તેમાંના કેટલાકએ ઉચ્ચ ક્રમ પ્રાપ્ત કર્યો. યુસુફ આદિલ શાહે 'તંબુર' (ખંજ) અને 'ઉદ' (લ્યુટ) વગાડ્યું. ઈસ્માઈલ આદિલ શાહ મધ્ય એશિયાઈ સંગીતની ખૂબ પ્રશંસા કરતા હતા. ઇબ્રાહિમ આદિલ શાહ II હેઠળ સંગીતને વધુ પ્રોત્સાહન મળ્યું. તેઓ તેમની ઉંમરના સૌથી મહાન સંગીતકાર હતા. તેઓ કવિ અને ગાયક હતા અને તેમના દરબારમાં અસાધારણ રીતે મોટી સંખ્યામાં સંગીતકારો અને મિનિસ્ટ્રલ (ત્રણ કે ચાર હજાર) હતા.

સંગીતકારોનું બેન્ડ લશ્કર-એ-નૌરસ (નૌરાઓની સેના) તરીકે ઓળખાતું હતું, તેઓને સરકાર દ્વારા નિયમિતપણે ચૂકવણી કરવામાં આવતી હતી. નૌરસપુર ખાતે તેમણે સંગીત મહેલ અને ગીતકારો, વાદકો અને નૃત્ય કરતી

છોકરીઓ માટે રહેણાંક હવેલીઓનું નિર્માણ કર્યું. તેમના સમયમાં નૌરસ (સંગીત જલસો)નો તહેવાર ખૂબ જ ધામધૂમથી ઉજવવામાં આવતો હતો. સંખ્યાબંધ ચિત્રોમાં ઇબ્રાહિમ આદિલ શાહ II ને 'તંબુર', 'સિતાર', 'વીણા' અને 'ગિટાર' જેવા સંગીતનાં સાધનો વગાડતાં દર્શાવવામાં આવ્યાં હતાં. બાદશાહ જહાંગીર અને મુઘલ રાજદૂત મિર્ઝા અસદ બેગે ઇબ્રાહિમ આદિલ શાહ II ના સંગીત પ્રત્યેના પ્રેમની ખૂબ પ્રશંસા કરી હતી. મિર્ઝા અસદ બેગ તેમના 'વકિયત'માં લખે છે કે તેમને ઇબ્રાહિમ આદિલ શાહ II ને વિદાય આપવા માટે શાહી મહેલમાં આમંત્રણ આપવામાં આવ્યું હતું.

આ પ્રસંગે સંગીતના ભવ્ય શોનું આયોજન કરવામાં આવ્યું હતું. તેણે સુલતાનને સંગીત સાંભળવામાં એટલો લપેટાયેલો જોયો કે તે અસદ બેગના પ્રશ્નોનો ભાગ્યે જ જવાબ આપી શક્યો. તેમની વચ્ચે થોડા સમય માટે વાતચીત મુખ્યત્વે સંગીત અને સંગીતકારોને લગતી હતી. સુલતાન જાણવા માંગતો હતો કે બાદશાહ અકબરને સંગીતનો શોખ હતો કે કેમ અને અસદ બેગે તેને જાણ કરી હતી કે બાદશાહ ક્યારેક સંગીત સાંભળે છે. પછી સુલતાન એ જાણવા માંગતો હતો કે બાદશાહ સમક્ષ ગાતી વખતે તાનસેન ઊભો હતો કે બેઠો હતો અને તેને કહેવામાં આવ્યું હતું કે દરબારમાં કે દિવસના સમયે તાનસેનને ગાતી વખતે ઊભા રહેવું પડે છે, પરંતુ રાત્રે અને નૌરોઝ અને જશનના તહેવારના પ્રસંગે તાનસેન અને અન્ય સંગીતકારો. ગાતી વખતે બેસવાની છૂટ હતી. સુલતાને અસદ બેગને કહ્યું, "સંગીત એવું છે કે તે દરેક સમયે અને હંમેશા સાંભળવું જોઈએ અને સંગીતકારોને ખુશ રાખવા જોઈએ.

- **કલા અને સ્થાપત્ય**

આદિલ શાહી સુલતાનોએ તેમની શક્તિઓ લગભગ ફક્ત આર્કિટેક્ચર અને સંલગ્ન કલા પર કેન્દ્રિત કરી હતી, દરેક સુલતાન તેમના બિલ્ડિંગ પ્રોજેક્ટ્સની સંખ્યા, કદ અથવા વૈભવમાં તેમના પુરોગામી કરતાં શ્રેષ્ઠ બનવાનો પ્રયાસ કરતા હતા. બીજાપુરનું સ્થાપત્ય ફારસી, ઓટ્ટોમન તુર્કી અને ડેક્કાની શૈલીનું સંયોજન છે. ઇબ્રાહિમ રૂઝાહ, દિલકુશા મહેલ (મહાતર મહેલ), મલિકહ-એ-જહાં મસ્જિદ, જલ મહેલ, વગેરેમાં સાદડીની નોંધ લેવી અદ્ભુત છે. બીજાપુરના શિલ્પકારોએ પથ્થરોમાં સુંદર રચનાઓ કોતરેલી છે, જેમ કે સુથારો લાકડામાં કરે છે. કેટલાક સ્મારકોમાં સ્ટુકો પ્લાસ્ટરની ડિઝાઇન શાનદાર છે.

- **આદિલ શાહી કલા અને વારસો**

1591માં બીજાપુરના શાસક ઈબ્રાહીમ આદિલ શાહ II ને દર્શાવતી હસ્તપ્રત. કર્ણાટકના સ્થાપત્ય, ચિત્ર, ભાષા, સાહિત્ય અને સંગીતમાં આદિલ શાહી રાજાઓનું યોગદાન અજોડ છે. બીજાપુર (સંસ્કૃત વિદ્યાપુર અથવા વિદ્યાનગરીનું કન્નડ સ્વરૂપ) એક વિશ્વભરનું શહેર બન્યું, અને તેણે તુર્કી, પર્શિયા (ઈરાન) ઈરાક, તુર્કી, તુર્કસ્તાન વગેરેના ઘણા વિદ્વાનો, કલાકારો, સંગીતકારો અને સૂફી સંતોને આકર્ષ્યા. 1565 માં શરૂ થયેલી અધૂરી જામી મસ્જિદ, વિશાળ થાંભલાઓ પર આધારભૂત ઝીણા પાંખ સાથે એક આર્કેડેડ પ્રાર્થના હોલ ધરાવે છે જેમાં પ્રભાવશાળી ગુંબજ છે.

ઇબ્રાહિમ રૌઝા જેમાં ઇબ્રાહિમ આદિલ શાહ II ની કબર છે, તે નાજુક કોતરણીવાળી સુંદર રચના છે. આદિલ શાહી દરબારના ફારસી કલાકારોએ લઘુચિત્ર ચિત્રોનો દુર્લભ ખજાનો છોડી દીધો છે, જેમાંથી કેટલાક યુરોપના મહાન સંગ્રહાલયોમાં સારી રીતે સચવાયેલા છે. દખાની ભાષા, ફારસી-અરબી, ઉર્દૂ, મરાઠી અને કન્નડનું મિશ્રણ, સ્વતંત્ર બોલાતી અને સાહિત્યિક ભાષા તરીકે વિકસિત થઈ. આદિલ શાહીઓના શાસનમાં દખાણીમાં ઘણી સાહિત્યિક કૃતિઓ પ્રકાશિત થઈ હતી. ઇબ્રાહિમ આદિલ શાહ II નું કવિતા અને સંગીતનું પુસ્તક, કિતાબ-એ-નવરસ દખાનીમાં છે. મુશાયરા (કાવ્યાત્મક પરિસંવાદ)નો જન્મ બીજાપુર દરબારમાં થયો હતો અને બાદમાં ઉત્તર તરફ પ્રયાણ કર્યું હતું. દખાણી ભાષા, જે બહામાની રાજાઓ હેઠળ વિકસતી હતી, તેને ઉત્તર ભારતીય ઉર્દૂથી અલગ પાડવા માટે પાછળથી દખાણ ઉર્દૂ તરીકે ઓળખવામાં આવી. આદિલ શાહ II સિતાર અને ઉદ વગાડતા હતા અને ઈસ્માઈલ સંગીતકાર હતા.

• **અસાર મહેલ**

મુહમ્મદ કાસિમ ફિરિશ્તાએ લખ્યું છે કે એએચ 1008માં મીર મોહમ્મદ સ્વાલેહ હમદાની બીજાપુર આવ્યા. તેની સાથે મુહમ્મદ ("મૂય-એ-મુબારક")ના વાળ હતા. સુલતાન ઇબ્રાહિમ આદિલ શાહે આ વાત સાંભળી અને આનંદ થયો. મીર સ્વાલેહ હમદાનીને મળ્યા, રાજાએ વાળ જોયા અને મીર સાહબને અમૂલ્ય ભેટ આપી. મીર સાહેબે સુલતાન ઈબ્રાહીમ આદિલ શાહને વાળની બે સેર આપી. શરૂઆતમાં, તેઓને ગગન મહેલમાં રાખવામાં આવ્યા હતા, પરંતુ આદિલ શાહના શાસન દરમિયાન એક વિશાળ આગ ગગન મહેલને બાળી નાખ્યો હતો. ત્યાં બધું બળીને ખાખ થઈ ગયું, સિવાય કે બે પેટીઓ જેમાં વાળની બે સેર રાખવામાં આવી હતી. ભડકાની વચ્ચે, સૈયદ સાહબ મોહિઉદ્દીન નામના એક સૂફી સંત જ્વાળાઓ પર હિંમત કરીને અંદર પ્રવેશ્યા અને તેમના માથા પર

બોક્સ બહાર લઈ ગયા; સુલતાન પછી આ બોક્સને અસર મહેલમાં રાખ્યા.

અદલી શાહી દીવાન દ્વારા જારી કરાયેલા સંત નૂર મુહમ્મદ મુશરફને "મૂયે-એ-મુબારક"ની કસ્ટડી આપવામાં આવી છે. આજ સુધી મૂળ સનદ મુશ્રીફ પરિવાર પાસે છે. વાર્ષિક સમારોહ દર વર્ષે 12 મી રબી-ઉલ-અવ્વલ (સંદલ અને ઉર્સ અસાર મહેલ) ના રોજ ઉજવવામાં આવે છે. આ સમારોહ 350 થી વધુ વર્ષોથી નિયમિતપણે યોજાય છે. એવું કહેવાય છે કે એએચ 1142ની સાલમાં આદિલ શાહ વારંવાર વાળની આ સેર જોતા હતા. એક પ્રસંગે તેણે તે સમયના તમામ સૂફીઓને આવીને જોવા કહ્યું. તેથી હાશિમ હુસૈની અને સૈયદ શાહ મુર્તુઝા કાદરી ત્યાં આવ્યા અને બોક્સ ખોલવાનું કહ્યું; તેઓ ઉમદા વ્યક્તિઓ સામે ખોલવામાં આવ્યા હતા. પરંતુ જેમ જેમ તેઓ ખોલવામાં આવ્યા તેમ, એક તેજસ્વી કિરણ સર્વત્ર હતું. કિરણનું તેજ કોઈ સહન ન કરી શક્યું અને બધા બેભાન થઈ ગયા. દરેક જગ્યાએ અત્તર હતું અને પછી બધાએ વાળ જોયા. તે સમયગાળા પછી એવું કહેવાય છે કે બોક્સ ન તો ખોલવામાં આવ્યા હતા અને ન તો કોઈ વિશેષાધિકાર હતો.

4
ભોંસલે વંશ

ભોંસલેનું ઘર એક પ્રખ્યાત ભારતીય રાજવી છે. તેઓએ સિસોદિયા રાજવંશના વંશનો દાવો કર્યો હતો, પરંતુ તેઓ સંભવતઃ કુણબી ખેડૂત-સમાજ હતા. તેઓએ 1674 થી 1818 સુધી મરાઠા સંઘના છત્રપતિ અથવા સમ્રાટ તરીકે સેવા આપી હતી, જ્યાં તેઓએ ભારતીય ઉપખંડમાં શાહી વર્ચસ્વ મેળવ્યું હતું. તેઓએ સતારા, કોલ્હાપુર, તંજાવુર, નાગપુર, અક્કલકોટ, સાવંતવાડી અને બાશી જેવા અનેક રાજ્યો પર પણ શાસન કર્યું. ભોંસલે હાઉસની સ્થાપના 1577માં અહમદનગર સલ્તનતના મલિક અંબરના મુખ્ય સેનાપતિ અથવા સરદાર માલોજી ભોંસલે દ્વારા કરવામાં આવી હતી.

1595 અથવા 1599 માં, અહમદનગર સલ્તનતના શાસક બહાદુર નિઝામ શાહ દ્વારા માલોજીને રાજાનું બિરુદ આપવામાં આવ્યું હતું. બાદમાં તેને પુના, એલુર (વેરુલ), દેરહાડી, કન્નારડ અને સુપેની જાગીર આપવામાં આવી હતી. તેમને શિવનેરી અને ચાકણના પ્રથમ પર પણ નિયંત્રણ આપવામાં આવ્યું હતું. આ હોદ્દાઓ તેમના પુત્રો શાહજી અને શરીફજીને વારસામાં મળ્યા હતા, જેનું નામ મુસ્લિમ સૂફી શાહ શરીફના નામ પરથી રાખવામાં આવ્યું હતું.

ભોંસલોની ઉત્પત્તિ અસ્પષ્ટ છે. જદુનાથ સરકાર અને અન્ય વિદ્વાનોના મતે, ભોંસલેઓ મુખ્યત્વે શૂદ્ર જાતિના ડેક્કાની ખેડૂતો હતા; તેઓ મરાઠા/કુણબીઓનો એક ભાગ હતા, જે એક આકારહીન વર્ગ-જૂથ હતા. જોકે, વિદ્વાનો ભોંસલેઓની કૃષિ સ્થિતિ વિશે અસંમત છે. રોઝાલિન્ડ ઓ'હેનલોન નોંધે છે કે મરાઠા-કુનબીઓ હેઠળ જૂથબદ્ધ જાતિઓની ઐતિહાસિક ઉત્ક્રાંતિ રેખાચિત્ર છે. અનન્યા વાજપેયી શૂદ્રના હોદ્દાને નકારે છે, કારણ કે શ્રેણી સદીઓથી પ્રવાહની સ્થિતિમાં રહી છે; તેના બદલે તેની તેમને મરાઠી વંશ તરીકે નોંધે છે, જેમણે ડેક્કન સલ્તનત અથવા મુઘલોની સેવામાં રહીને જમીનધારકો અને લડાયક તરીકે

"વાજબી રીતે ઉચ્ચ" સામાજિક દરજ્જો મેળવ્યો હતો.

સ્થાનિક મૌખિક ઇતિહાસ અને નૃવંશશાસ્ત્રના આર.સી. ખેરેના અર્થઘટન મુજબ, ભોંસલેઓ દેવગીરીના હોયસાલા અને યાદવોમાંથી ઉતરી આવ્યા હતા, જેઓ ગૌપાલક ગવળી સાર્વભૌમ હતા. તેરમી સદીની શરૂઆતમાં, સિંહણના હોયસલા પિતરાઈ ભાઈ "બલિયેપ્પા ગોપતિ સિરસાટ", તેમના પશુપાલન ટોળા અને કુલ-દેવતા સાથે ગડગથી સાતારામાં સ્થળાંતર કર્યું; આ રીતે સંભુ મહાદેવની સ્થાપના સિંધનાપુરમાં એક ટેકરીની ટોચ પર કરવામાં આવી હતી. ઐતિહાસિક રેકોર્ડ દર્શાવે છે કે આ મંદિરને માલોજિ તરફથી વ્યાપક સમર્થન મળ્યું હતું. વધુમાં, ભોસલેઓની એક શાખા અસ્તિત્વમાં છે જેનું નામ "સિરસત ભોસલે" છે અને ભોસલે (અથવા "ભોંસલે") ભાષાકીય રીતે "હોયસલા" જેવું જ છે. એમ. કે. ધવલીકરને ભોસલે કુળ (તેમજ સંભુ મહાદેવ સંપ્રદાય)ના પાયાને ખાતરીપૂર્વક સમજાવવાનું કામ મળ્યું. વાજપેયી પણ હિમાયત કરે છે કે ઢેરેની થિયરીની વધુ વિગતવાર તપાસ કરવામાં આવે - "પાસ્ટોરલિસ્ટ મોટા માણસોથી લઈને ઘોડા પર સવાર લડવૈયાઓ, બેથી ત્રણ સદીઓમાં કાપવાનું અશક્ય અંતર નથી."

• શિવાજિ 1670 માં

1670 સુધીમાં, શિવાજિએ તેમના અભિયાનોથી વ્યાપક પ્રદેશ અને સંપત્તિ મેળવી હતી. પરંતુ, ઔપચારિક તાજના અભાવે, તેની પાસે તેના વાસ્તવિક ડોમેન પર શાસન કરવા માટે કોઈ કાર્યકારી કાયદેસરતા ન હતી અને તકનીકી રીતે, તે તેના મુઘલ (અથવા ડેક્કન સલ્તનત) સત્તાધીશોને આધીન રહ્યો; સત્તાના પદાનુક્રમમાં, શિવાજિની સ્થિતિ સાથી મરાઠા સરદારો જેવી જ રહી. ઉપરાંત, મહારાષ્ટ્રના રૂઢિચુસ્ત બ્રાહ્મણ સમુદાય દ્વારા તેમનો વારંવાર વિરોધ કરવામાં આવ્યો હતો. સાર્વભૌમત્વની ઘોષણા કરવા અને તેમના શાસનને કાયદેસર બનાવવા માટે બ્રાહ્મણો દ્વારા મંજૂર કરાયેલ રાજ્યાભિષેકનું આયોજન કરવામાં આવ્યું હતું.

તેમના દરબારના બ્રાહ્મણોએ તેમને યોગ્ય રાજા તરીકે જાહેર કરવાની દરખાસ્ત કરવા પર, એક વિવાદ ફાટી નીકળ્યો: રાજ્યનો દરજ્જો ક્ષત્રિય વર્ણના લોકો માટે આરક્ષિત હતો. માત્ર પરશુરામ દ્વારા નાશ પામ્યા પછી, કલિયુગમાં કોઈ સાચો ક્ષત્રિય બચ્યો હતો કે કેમ તે અંગે વિદ્વાનો વચ્ચે મૂળભૂત વિવાદ હતો જ નહીં, પણ શિવાજિના દાદા પણ એક ખેતમજૂર હતા, શિવાજિએ પવિત્ર દોરો પહેર્યો ન હતો, અને તેમના લગ્ન નહોતા. ક્ષત્રિય રિવાજો અનુસાર. આમ,

બ્રાહ્મણોએ તેમને શુદ્ર તરીકે વર્ગીકૃત કર્યા હતા. તેમનો રાજ્યાભિષેક મુલતવી રાખવાની ફરજ પડી, શિવાજીએ તેમના સચિવ બાલાજી અવજી ચિટનિસને મેવાડના સિસોદિયાઓને શાહી વંશાવળીની તપાસ માટે મોકલ્યા; અવજી સાનુકૂળ શોધ સાથે પાછો ફર્યો - શાહજી મોકલ સિંહના અડધા રાજપૂત કાકા ચાચો સિસોદિયાના વંશજ હતા.

બનારસના પ્રખ્યાત બ્રાહ્મણ ગાગા ભટ્ટને ત્યારબાદ ચિટનીસની શોધને બહાલી આપવા માટે રાખવામાં આવ્યા હતા અને હવે ભોંસલોને ક્ષત્રિય જાતિ પર દાવો કરવાની મંજૂરી આપવામાં આવી હતી. રાજ્યાભિષેક જૂન 1674 માં ફરીથી ચલાવવામાં આવશે પરંતુ પ્રસ્તાવનાઓની લાંબી સૂચિમાંથી પસાર થયા પછી જ. ભટ્ટની આગેવાની હેઠળ, જેમણે પરંપરાગત હિંદુ છબીને અભૂતપૂર્વ ધોરણે કામે લગાડ્યું હતું, પ્રથમ તબક્કામાં શિવાજીએ ક્ષત્રિય હોવા છતાં મરાઠા તરીકે જીવ્યાની તપસ્યા કરી હતી. ત્યારપછી પવિત્ર દોરાની વિધિ ('મૌનજીબંધનમ્') આવી, ત્યારબાદ ક્ષત્રિય રિવાજો ('મંત્ર-વિવાહ') અનુસાર પુનર્લગ્ન અને અંતિમ રાજ્યાભિષેક ('અભિષેક') પહેલાં વૈદિક વિધિઓનો ક્રમ - પ્રચંડ ખર્ચનો એક જાહેર તમાશો જે આ ઘટનાની જાહેરાત કરે છે. શિવાજીનો ક્ષત્રિય રાજા તરીકે પુનર્જન્મ. આ સમયગાળા દરમિયાન (અને પછીથી) દરબારી-કવિઓ દ્વારા રચિત વિનોદ સાર્વજનિક સ્મૃતિ પર પ્રબળ બને છે કે શિવાજી (અને ભોંસલો) ખરેખર સિસોદિયાના હતા.

જો કે, ક્ષત્રિયકરણ સર્વસંમત ન હતું; બ્રાહ્મણોનો એક વર્ગ ક્ષત્રિય દરજ્જાને નકારતો રહ્યો. પેશવા કાળના બ્રાહ્મણોએ ભટ્ટ દ્વારા શિવાજીના દાવાઓને નકારી કાઢ્યા હતા અને શિવાજી અને તેમના વારસદારોને પીડિત તમામ બિમારીઓ માટે બિન-ધાર્મિક રાજ્યાભિષેકને દોષી ઠેરવ્યો હતો - તમામ મરાઠાઓને શૂદ્ર તરીકે વર્ગીકૃત કરવાની સામાન્ય બ્રાહ્મણવાદી લાગણી સાથે સુસંગત; એવા દાવાઓ પણ કરવામાં આવ્યા છે કે શિવાજીના રાજ્યાભિષેકમાં તેમની ભૂમિકા બદલ મરાઠા બ્રાહ્મણો દ્વારા ભટ્ટને બહિષ્કૃત કરવામાં આવ્યા હતા. વાજપેયી નોંધે છે કે ચિટનીસની "વેરિડીકલ સ્ટેટસ" "ઐતિહાસિક નિશ્ચિતતા" માટે નિર્ધારિત નથી - કડીઓ શ્રેષ્ઠમાં નાજુક અને સૌથી ખરાબમાં સંશોધનાત્મક હતી.

શિવાજી રાજપૂત નહોતા અને વંશનો એકમાત્ર ઉદ્દેશ્ય રાજપૂતીકરણની સ્પષ્ટ સમાનતા ધરાવતી યુક્તિમાં શિવાજીના ક્ષત્રિય તરીકેના અભિષેકની ખાતરી આપવાનો હતો. જદુનાથ સરકારે માન્યું કે વંશાવળી બાલાજી આવજી દ્વારા ચતુરાઈથી ઘડવામાં આવી હતી અને ગાગા ભટ્ટ દ્વારા થોડી અનિચ્છાએ સ્વીકારવામાં આવી હતી, જેને બદલામાં "મોટી ફી સાથે પુરસ્કાર" આપવામાં

આવ્યો હતો. વી.કે. રજવાડે, ઠેરે, એલિસન બુશ, જોન કી અને ઓડ્રે ટ્રુશકે પણ બનાવટ અંગે સરકાર સાથે સહમત છે. જી.એસ. સરદેસાઈ નોંધે છે કે વંશ "અધિકૃત રીતે સાબિત નથી". સ્ટુઅર્ટ એન. ગોર્ડન કોઈ ચુકાદો આપતા નથી પરંતુ ભટ્ટને "સર્જનાત્મક બ્રાહ્મણ" તરીકે નોંધે છે. આન્દ્રે વિંક માને છે કે સિસોદિયાનો વંશાવળીનો દાવો હંમેશ માટે વિવાદિત રહેવાનો છે.

• **અહમદનગર સલ્તનત**

ભોંસલોના સૌથી પહેલા સ્વીકૃત સભ્યો મુધોજિ ભોંસલે અને તેમના સગા રૂપાજિ ભોંસલે છે, જેઓ હિંગણીના ગામના વડા (પાટીલ) હતા - ત્યારથી આ શાખા હિંગણીકર ભોંસલે તરીકે ઓળખાય છે. એક શાખા ટૂંક સમયમાં વિભાજિત થઈ ગઈ હોય તેવું લાગે છે, જેણે કડેવલિતના જિલ્લા કારભારી (દેશમુખી) ના પદ પર પૂર્વજોના હકનો દાવો કર્યો હતો: અહમદ નિઝામ શાહ I (1490 ના દાયકાની શરૂઆતમાં) ના શાસન દરમિયાન સૂર્યજિ ભોંસલે અને તેમના પુત્ર શરાફજિ ભોંસલે ડેનિયલ મિર્ઝા (1599) દ્વારા પ્રદેશનો વિજય. આ શાખા ત્યારથી કડેવલિત ભોંસલેસ તરીકે ઓળખાય છે. આગામી નોંધપાત્ર ભોંસલે કદાચ હિંગણીકર શાખાના માલોજિ ભોસલે હતા. તેઓ એક રમતોજિ (સી. 1490) ના પ્રપૌત્ર હતા.

ભોંસલે હાઉસની સત્તાવાર રીતે માલોજિ ભોસલે દ્વારા સ્થાપના કરવામાં આવી હતી, જેઓ શરૂઆતમાં પુણેની આસપાસના હિંગણી બેરડી અને દેવલગાંવ ગામોના પાટીલ (મુખ્ય) તરીકે સેવા આપતા હતા. પાછળથી, તેમના ભાઈ વિઠોજિ સાથે, તેઓ સિંદખેડ સ્થળાંતરિત થયા અને ઘોડેસવાર તરીકે સેવા આપી. 1577 માં, તેઓ સુલતાન મુર્તઝા નિઝામ શાહ I હેઠળ, અહમદનગર સલ્તનતની સેવામાં જોડાયા. માલોજિ એલુર (વેરુલ) ના પરગણા (વહીવટી એકમો) પરગણા (વહીવટી એકમો) જેવા કે મુધલો અને બીજાપુર સલ્તનત જેવી હરીફ શક્તિઓ સામે લડતા પેશવા મલિક અંબરના વિશ્વાસુ જનરલ બન્યા.), દેરહાડી અને કન્નારડ. 1595 અથવા 1599 માં, માલોજિને બહાદુર નિઝામ શાહ દ્વારા રાજાનું બિરુદ આપવામાં આવ્યું હતું, સત્તાવાર રીતે ભોંસલે હાઉસની સ્થાપના કરવામાં આવી હતી.

મલિક અંબરની ભલામણ પર, તેને પૂણે અને સુપે પરગણાની જાગીર આપવામાં આવી હતી, સાથે શિવનેરી અને ચકન કિલ્લાઓ પર નિયંત્રણ પણ આપવામાં આવ્યું હતું. માલોજિએ વેરુલ નજીક ગ્રિષ્નેશ્વર મંદિરનો જીણૌદ્ધાર કરાવ્યો અને શિખર શિંગણાપુરમાં શંભુ મહાદેવ મંદિરમાં એક વિશાળ કુંડ પણ

બાંધ્યો. માલોજી અને તેમની પત્ની ઉમા બાઈને 2 પુત્રો હતા: શાહજી અને શરીફજી, જેનું નામ સૂફી પીર હઝરત શાહ શરીફ હતું. શિવાજીના દરબારી કવિ પરમાનંદ દ્વારા રચિત શિવભારત અનુસાર, માલોજીની પત્ની ઉમાબાઈએ અહમદનગરના સૂફી પીર શાહ શરીફને પુત્ર પ્રાપ્ત કરવા માટે પ્રાર્થના કરી હતી. તેણીએ બે પુત્રોને જન્મ આપ્યો, જેનું નામ પીર પછી શાહજી અને શરીફજી રાખવામાં આવ્યું.

• મુઘલ-મરાઠા યુદ્ધો

મરાઠા સામ્રાજ્યની સ્થાપના 1674માં માલોજીના પૌત્ર શિવાજી I દ્વારા કરવામાં આવી હતી. આની સ્થાપના મુઘલ સામ્રાજ્ય અને બીજાપુર સલ્તનતના આક્રમણને કારણે થઈ હતી. શિવાજીના દળોએ શરૂઆતમાં તોરણના કિલ્લા પર 1642માં કબજો જમાવ્યો હતો. તેમણે 1674 સુધીમાં તેમનું રાજ્ય રાયગઢ સુધી વિસ્તર્યું હતું. તેમણે પોતાનો તાજ પહેરાવ્યો હતો. તેમને છત્રપતિ એટલે કે સમ્રાટ તરીકે તાજ પહેરાવવામાં આવ્યો હતો. શિવાજી તેમની હિંદવી સ્વરાજ્યની ફિલસૂફીના આધારે તેમની સરકારની સ્થાપના કરવા માંગતા હતા. (ધી રુલ ઓફ ધ પીપલ) આનાથી લોકોના વધુ પ્રતિનિધિત્વ અને ભદ્ર વર્ગની ઓછી સત્તાની હિમાયત કરવામાં આવી હતી. પાછળથી તેમણે અષ્ટ પ્રધાન, (આધુનિક મંત્રીઓની પરિષદ) ની સ્થાપના કરી, જે આઠ પ્રધાનોની કાઉન્સિલની સંસ્થા છે જે તેમના નવા રાજ્યના વહીવટને માર્ગદર્શન આપે છે.

દરેક મંત્રીઓને વહીવટી વિભાગનો હવાલો સોંપવામાં આવ્યો હતો; આમ, કાઉન્સિલે અમલદારશાહીના જન્મની જાહેરાત કરી. શિવાજીએ મોરોપંત ત્ર્યંબક પિંગલેને કાઉન્સિલના નેતા પેશ્વા તરીકે નિયુક્ત કર્યા. શિવાજીનું અનુગામી પુત્ર સંભાજી I. 1689 ની શરૂઆતમાં, સંભાજી અને તેના સેનાપતિઓ સંગમેશ્વર ખાતે મળ્યા. સમ્રાટ ઔરંગઝેબના નેતૃત્વમાં મુઘલ દળોએ સંભાજીની સાથે થોડા માણસો હતા ત્યારે સંગમેશ્વર પર હુમલો કર્યો. સંભાજીને 1 ફેબ્રુઆરી 1689ના રોજ મુઘલ સૈનિકોએ કબજે કરી લીધો. ઔરંગઝેબે સંભાજી પર બુરહાનપુર પર મરાઠા દળોના હુમલાનો આરોપ મૂક્યો હતો. તેમને અને તેમના સલાહકાર, કવિ કલશને શાહી સૈન્ય દ્વારા બહાદુરગઢ લઈ જવામાં આવ્યા હતા, જ્યાં તેમને 21 માર્ચ 1689ના રોજ મુઘલો દ્વારા ફાંસી આપવામાં આવી હતી.

સંભાજીના ફાંસી પછી, રાજારામ પ્રથમને 12 માર્ચ 1689ના રોજ રાયગઢ ખાતે તાજ પહેરાવવામાં આવ્યો હતો. 25 માર્ચ 1689ના રોજ મુઘલોએ રાયગઢ પર ઘેરાબંધી શરૂ કરી ત્યારે, સંભાજી (મહારાણી યેસુબાઈ)ની વિધવા અને

પેશ્વા રામચંદ્ર પંત અમાત્યએ યુવાન રાજારામને પ્રતાપગઢના ગઢમાં મોકલ્યા. કાવલ્યા ઘાટ દ્વારા. રાજારામ કાવલ્યા ઘાટથી પ્રતાપગઢ અને વિશાલગઢ કિલ્લાઓ દ્વારા જીંજીના કિલ્લામાં ભાગી જવા માટે, રાજારામ વેશમાં કેલાડી પહોંચ્યા અને કેલાડી ચેન્નમ્માની મદદ લીધી - જેમણે સુરક્ષિત માર્ગ સુનિશ્ચિત કરવા માટે મુઘલ હુમલાને રોકી રાખ્યા અને રાજારામને જીંજીમાં ભાગી છૂટ્યા જ્યાં તે પહોંચ્યો. દોઢ મહિના પછી 1 નવેમ્બર 1689ના રોજ.

ઔરંગઝેબે ઉઝબેક સેનાપતિ ગાઝી-ઉદ્-દીન ફિરોઝ જંગને દક્કનમાં મરાઠાઓ સામે મોકલ્યો. ત્યારબાદ તેણે ઝુલ્ફીકાર ખાન નુસરત જંગને જિંગી કિલ્લો કબજે કરવા મોકલ્યો. તેણે સપ્ટેમ્બર, 1690માં તેને ઘેરો ઘાલ્યો. ત્રણ નિષ્ફળ પ્રયાસો પછી, અંતે સાત વર્ષ પછી 8 જાન્યુઆરી 1698ના રોજ તેનો કબજો લેવામાં આવ્યો. જોકે, રાજારામ ભાગી છૂટ્યો અને પહેલા વેલ્લોર અને પછી વિશાલગઢ ભાગી ગયો. રાજારામ જિંજીમાં પાછા ફર્યા અને 11 નવેમ્બર 1689ના રોજ કિલ્લા પર કબજો કર્યો, પરંતુ 1698માં સતારા કિલ્લામાં તેનો દરબાર સ્થાપ્યો તે પહેલા જ તે છોડી દીધો. તે પછી, મરાઠા સેનાપતિઓ, સંતાજી ઘોરપડે અને ધનાજી જાધવે, મુઘલ દળોને હરાવ્યા, તેથી જિંગીમાં તેમની વાતચીતની રેખાઓ કાપી નાખી.

• **કોલ્હાપુર રાજ્ય**

1707માં મુઘલ સમ્રાટ મુહમ્મદ આઝમ શાહે સંભાજીના પુત્ર શાહુ ભોસલેને મુક્ત કર્યો. જો કે, શાહુ મુક્તિની શરતોનું પાલન કરે તેની ખાતરી કરવા માટે તેની માતાને મુઘલોના બંધક તરીકે રાખવામાં આવી હતી. તરત જ મરાઠા સિંહાસન પર તેની કાકી તારાબાઈએ દાવો કર્યો હતો, તેણે તેના પુત્ર શિવાજી II માટે સિંહાસનનો દાવો કર્યો હતો. ખેડના યુદ્ધમાં તેમની જીત પછી, શાહુએ સતારામાં પોતાની સ્થાપના કરી, તેણીને તેમના પુત્ર સાથે કોલ્હાપુર જવા માટે ફરજ પાડી. આના પરિણામે 1709 માં તારાબાઈ હેઠળ કોલ્હાપુર શાખાની રચના થઈ, જે શાહુના નેતૃત્વ હેઠળની મુખ્ય સતારા શાખામાંથી વિભાજિત થઈ.. શિવાજી II અને તારાબાઈને રાજારામની બીજી વિધવા રાજસબાઈ દ્વારા ટૂંક સમયમાં પદભ્રષ્ટ કરવામાં આવ્યા. તેણીએ પોતાના પુત્ર સંભાજી બીજાને કોલ્હાપુરના નવા શાસક તરીકે સ્થાપિત કર્યા. ત્યારબાદ સંભાજીએ નિઝામ સાથે જોડાણ કર્યું. 1728માં પાલખેડના યુદ્ધમાં બાજીરાવ I દ્વારા નિઝામની હારને કારણે પૂર્વે સંભાજી માટેના તેમના સમર્થનનો અંત લાવ્યો હતો. ભોંસલે પરિવારની બે અલગ બેઠકોને ઔપચારિક બનાવવા માટે સંભાજી બીજાએ

તેમના પિતરાઈ ભાઈ શાહુજી સાથે 1731માં વારણાની સંધિ પર હસ્તાક્ષર કર્યા હતા.

• **મરાઠા સામ્રાજ્ય**

શાહુએ ભાટ પરિવારના સભ્ય બાલાજી વિશ્વનાથને પોતાના પેશવા તરીકે નિયુક્ત કર્યા. શિવાજીના હકદાર વારસદાર અને મરાઠાઓના છત્રપતિ તરીકે શાહુને મુઘલ માન્યતા અપાવવામાં પેશ્વાએ મહત્વની ભૂમિકા ભજવી હતી. બાલાજીએ 1719માં શાહુની માતા યેસુબાઈને મુઘલ કેદમાંથી મુક્તિ પણ મેળવી હતી. પેશવાઓ પાછળથી મરાઠા સામ્રાજ્યના વાસ્તવિક શાસકો બન્યા. પેશવાઓના શાસન હેઠળ, છત્રપતિ ફક્ત રાજાશાહી વ્યક્તિત્વ સુધી મર્યાદિત હતા. મરાઠા સામ્રાજ્યએ મોટાભાગના ભારતીય ઉપખંડમાં વર્ચસ્વ જમાવ્યું હતું. પેશવાઓના શાસન હેઠળ મરાઠાઓએ તેમની સૌથી મોટી હદ સુધી વિસ્તરણ કર્યું હતું.

1737, બાજીરાવ હેઠળ में દિલ્હીના યુદ્ધ (1737)માં બ્લિટ્ઝક્રેગ રીતે દિલ્હી પર આક્રમણ કર્યું. મરાઠાઓના આક્રમણમાંથી મુઘલોને બચાવવા માટે નિઝામ ડેક્કનથી નીકળ્યો હતો, પરંતુ ભોપાલના યુદ્ધમાં નિર્ણાયક રીતે પરાજય થયો હતો. મરાઠાઓએ મુઘલો પાસેથી મોટી શ્રદ્ધાંજલિ મેળવી અને એક સંધિ પર હસ્તાક્ષર કર્યા જેણે માલવાને મરાઠાઓને સોંપી દીધો. વસઈનું યુદ્ધ મરાઠાઓ અને પોર્ટુગીઝ વચ્ચે વસઈ ખાડીના ઉત્તર કિનારા પર આવેલા ગામ વસઈમાં લડવામાં આવ્યું હતું. (આધુનિક મુંબઈનો ભાગ) શાહુના મૃત્યુ પછી, તેઓ રાજારામ II દ્વારા અનુગામી બન્યા જ્યારે પેશવા બાલાજી બાજી રાવ મુઘલ સરહદ તરફ જવા નીકળ્યા, ત્યારે તારાબાઈએ રાજારામ II ને તેમને પેશવાના પદ પરથી દૂર કરવા વિનંતી કરી.

જ્યારે રાજારામે ના પાડી, ત્યારે તેણીએ તેને 24 નવેમ્બર 1750ના રોજ સતારા ખાતે એક અંધારકોટડીમાં કેદ કરી દીધો. તેણીએ દાવો કર્યો કે તે ગોંધલી જ્ઞાતિમાંથી એક ઢોંગી છે અને તેણીએ તેને શાહુ સમક્ષ તેના પૌત્ર તરીકે ખોટી રીતે રજૂ કર્યો હતો. આ જેલવાસ દરમિયાન તેમની તબિયત ખૂબ જ બગડી હતી. 14 સપ્ટેમ્બર 1752ના રોજ, તારાબાઈ અને બાલાજી રાવે જેજુરીના ખંડોબા મંદિરમાં પરસ્પર શાંતિનું વચન આપતા શપથ લીધા હતા. તેમ છતાં, પેશ્વાઓએ રાજારામ II ને નામના છત્રપતિ અને શક્તિહીન વ્યક્તિ તરીકે જાળવી રાખ્યા. પેશ્વા બાજીરાવ અને તેના ત્રણ સરદારો, પવાર (ધાર), હોલકર (ઈન્દોર) અને સિંધિયા (ગ્વાલિયર) એ તેનો ઉત્તર તરફ પેશાવર સુધી વિસ્તાર

કર્યો. તેણે તેનો વિસ્તાર કાવેરી નદી સુધી પણ કર્યો.

- નાગપુરના ભોંસલેઓ

1739 માં દેવગઢના ગોંડ શાસક ચાંદ સુલતાનના મૃત્યુ પછી, ઉત્તરાધિકારને લઈને ઝઘડા થયા, જેના કારણે બખ્ત બુલંદ શાહના ગેરકાયદેસર પુત્ર વલી શાહ દ્વારા સિંહાસન હડપ કરવામાં આવ્યું. ચાંદ સુલતાનની વિધવા રતન કુંવરે તેના પુત્રો અકબર શાહ અને બુરહાન શાહના હિતમાં બેરારના મરાઠા નેતા રાધોજી ભોંસલેની મદદની વિનંતી કરી. વલી શાહને મોતને ઘાટ ઉતારી દેવામાં આવ્યો અને યોગ્ય વારસદારોને ગાદી પર બેસાડવામાં આવ્યા. રાધોજી I ભોંસલેને તેમની મદદ માટે પુષ્કળ બક્ષિસ સાથે બેરાર પાછા મોકલવામાં આવ્યા હતા. રાધોજીએ પછી પોતાને નાગપુરના રાજા અને ગોંડ રાજાના 'રક્ષક' જાહેર કર્યા.

આ રીતે 1743 માં, બુરહાન શાહને વ્યવહારીક રીતે રાજ્ય પેન્શનરી બનાવવામાં આવ્યો, વાસ્તવિક સત્તા મરાઠા શાસકના હાથમાં હતી. આ ઘટના પછી દેવગઢના ગોંડ સામ્રાજ્યનો ઇતિહાસ નોંધાયેલ નથી. શાહુના શાસનકાળ દરમિયાન, નાગપુરના રાધોજી ભોસલેએ સામ્રાજ્યનો પૂર્વ તરફ વિસ્તાર કર્યો, જે હાલના બંગાળ સુધી પહોંચ્યો. ખંડેરાવ દાબાડે અને બાદમાં તેમના પુત્ર, ત્ર્યંબકરાવે તેને ગુજરાતમાં પશ્ચિમ તરફ વિસ્તાર્યું. 1740માં દમલચેરીના યુદ્ધમાં, જે કર્ણાટકના નવાબ દોસ્ત અલી ખાન સાથેનો મોટો મુકાબલો હતો. રાધોજી વિજયી થયા અને કર્ણાટકમાં મરાઠા પ્રભાવ વધાર્યો. ત્રિચિનોપોલીના યુદ્ધમાં કર્ણાટિકમાં સફળ અભિયાન પછી. રાધોજીએ બંગાળ પર આક્રમણ કર્યું.

રાધોજી ઓરિસ્સા અને બંગાળના ભાગોને કાયમી ધોરણે જોડવામાં સક્ષમ હતા કારણ કે તેમણે 1727માં તેમના ગવર્નર મુશીદ કુલી ખાનના મૃત્યુ પછી આ પ્રદેશમાં પ્રવર્તતી અરાજક પરિસ્થિતિઓનો સફળતાપૂર્વક ઉપયોગ કર્યો હતો. બંગાળના નવાબે સુવર્ણરેખા નદી સુધીનો પ્રદેશ મરાઠાઓને સોંપી દીધો હતો અને સંમત થયા હતા. ચૂકવવા માટે રૂ. બંગાળ માટે ચોથ તરીકે 20 લાખ (પશ્ચિમ બંગાળ અને બાંગ્લાદેશ બંનેનો સમાવેશ થાય છે) અને બિહાર (ઝારખંડ સહિત) માટે 12 લાખ, આમ બંગાળ મરાઠાઓની ઉપનદી બની ગયું છે.

1751માં નાગપુરનું સામ્રાજ્ય તેની સૌથી મોટી હદ પર. રાધોજિના મૃત્યુ પછી, તેમના પુત્ર જનોજી ભોંસલે તેમના અનુગામી બન્યા. જનોજી પેશ્વા અને હૈદરાબાદના નિઝામ વચ્ચેના યુદ્ધોમાં સામેલ હતા. નિઝામે તેની સામે એકજૂથ

થઈને 1765માં નાગપુરને તોડી પાડ્યું અને સળગાવી દીધું. 21 મે 1772ના રોજ જનોજીના મૃત્યુ પર, મુધોજી ભોંસલેનો વિજય થયો ત્યાં સુધી પાંચગાંવનું યુદ્ધ ઉત્તરાધિકાર માટે લડવામાં આવ્યું. 1785 માં પેશ્વા સાથેની સંધિ દ્વારા મંડલા અને ઉપલા નર્મદા ખીણને નાગપુરના આધિપત્યમાં ઉમેરવામાં આવ્યા હતા. મુધોજીના બ્રિટિશ ઈસ્ટ ઈન્ડિયા કંપની સાથે પણ ગાઢ સંબંધો હતા. મુધોજીના અનુગામી રાધોજી II દ્વારા કરવામાં આવ્યો હતો. જેણે હોશંગાબાદ અને નીચલી નર્મદા ખીણ હસ્તગત કરી હતી. 1803માં તેમણે અંગ્રેજો સામે ગ્વાલિયરના દૌલત રાવ સિંધિયા સાથે જોડાણ કર્યું અને હૈદરાબાદના નિઝામ અલી ખાન સાથે તેમનું જોડાણ કર્યું.

બ્રિટિશ અને નિઝામ અસયે અને અરગાંવની લડાઈમાં વિજયી થયા હતા અને તે વર્ષની દેવગાંવની સંધિ પર હસ્તાક્ષર કર્યા હતા, રાધોજીએ કટક, દક્ષિણ બેરાર અને સંબલપુર અંગ્રેજોને સોંપી દીધા હતા, જો કે રાધોજી દ્વારા 1806 સુધીમાં સંબલપુર ફરીથી જીતી લેવામાં આવ્યું હતું. રાધોજી બીજાને તેના ત્રીજા ભાગના પ્રદેશોથી વંચિત રાખવામાં આવ્યા હતા, અને તેણે બાકીની આવકમાંથી થતી ખોટની ભરપાઈ કરવાનો પ્રયાસ કર્યો હતો. ગામડાઓ નિર્દયતાથી રેક-ભાડે આપવામાં આવ્યા હતા, અને ઘણા નવા કર લાદવામાં આવ્યા હતા. તે જ સમયે પિંડારીઓના દરોડા શરૂ થયા. 1811માં તેઓ નાગપુર ગયા અને ઉપનગરોને બાળી નાખ્યા. રાધોજીએ ક્ષતિગ્રસ્ત ગામ અને કિલ્લાઓમાંથી ઘણાને ફરીથી બનાવ્યા.

1816 માં રાધોજી II ના મૃત્યુ પર, 1817 માં, મુધોજી II ભોંસલે દ્વારા તેમના પુત્ર પરસોજીની બદલી અને હત્યા કરવામાં આવી હતી. અંગ્રેજો દ્વારા સહાયક દળની જાળવણી માટે જોડાણની સંધિ આ વર્ષે હસ્તાક્ષર કરવામાં આવી હતી, 1799 થી નાગપુર કોર્ટમાં બ્રિટિશ રહેવાસીની નિમણૂક કરવામાં આવી હતી. 1817 માં, અંગ્રેજો અને પેશવા વચ્ચે યુદ્ધ ફાટી નીકળતાં, અપ્પા સાહેબે મિત્રતાનો ઝભ્ભો ઉતારી દીધો, અને પેશ્વા પાસેથી દૂતાવાસ અને પદવી સ્વીકારી. તેમના સૈનિકોએ બ્રિટિશરો પર હુમલો કર્યો, અને સીતાબુલડી ખાતેની કાર્યવાહીમાં અને બીજી વખત નાગપુર શહેરની નજીક પરાજય પામ્યા. બેરારનો બાકીનો ભાગ અને નર્મદા ખીણના પ્રદેશો અંગ્રેજોને સોંપવામાં આવ્યા હતા.

ત્રીજા એંગ્લો-મરાઠા યુદ્ધ પછી, નાગપુર અંગ્રેજો સાથે સહયોગી જોડાણ હેઠળ હતું. અપ્પા સાહેબને ફરીથી ગાદી પર બેસાડવામાં આવ્યા હતા, પરંતુ થોડા સમય પછી તેઓ ફરીથી કાવતરું કરી રહ્યા હોવાનું જાણવા મળ્યું હતું, અને તેમને પદભ્રષ્ટ કરીને કસ્ટડીમાં અલ્હાબાદ મોકલવામાં આવ્યા હતા. રાધોજી

III ના અનુગામી રાધોજી ત્રીજા હતા. તેણે બ્રિટિશ નિવાસી રિચાર્ડ જેનકિન્સ સાથે નાગપુર પર શાસન કર્યું. 11 ડિસેમ્બર 1853ના રોજ પુરુષ વારસદાર વિના રાધોજીનું અવસાન થયું. નાગપુરને અંગ્રેજો દ્વારા લેપ્સના સિદ્ધાંત હેઠળ કબજે કરવામાં આવ્યું હતું. ભારતના તત્કાલિન ગવર્નર-જનરલ જેમ્સ બ્રાઉન-રામસે દ્વારા નિયુક્ત કરાયેલા કમિશનર હેઠળ, ભૂતપૂર્વ સામ્રાજ્યનું સંચાલન નાગપુર પ્રાંત તરીકે કરવામાં આવતું હતું.

- *તંજાવુર મરાઠા સામ્રાજ્ય*

કર્ણાટક પ્રદેશમાં ભોંસોલનો પણ પ્રભાવ હતો. 1675માં, બીજાપુરના સુલતાને તંજાવુર શહેર પર કબજો કરવા અને તંજાવુર મરાઠા સામ્રાજ્યની સ્થાપના કરવા શિવાજીના સાવકા ભાઈ મરાઠા સેનાપતિ વેંકોજીની કમાન્ડમાં એક દળ મોકલ્યું. વેંકોજીએ અલાગિરીને હરાવી, અને તંજાવુર પર કબજો કર્યો. જો કે, બીજાપુર સુલતાનના આદેશ મુજબ તેણે પોતાના આશ્રિતોને સિંહાસન પર બેસાડ્યા નહીં, પરંતુ રાજ્ય કબજે કર્યું અને પોતાને રાજા બનાવ્યો. આ રીતે તંજાવુર પર મરાઠાઓનું શાસન શરૂ થયું. વ્યંકોજીએ મૈસુરના આક્રમણને ભગાડવા માટે મદુરાઈના ચોક્કનાથ સાથે પણ જોડાણ કર્યું હતું. શિવાજી મહારાજે 1676-1677માં ગિન્ગી અને તંજાવુર પર પણ આક્રમણ કર્યું હતું અને તેમના ભાઈ સંતાજીને કોલરુનની ઉત્તરે તમામ ભૂમિનો શાસક બનાવ્યો હતો.

5

મરાઠા સામ્રાજ્ય

મરાઠા સામ્રાજ્ય, જેને મરાઠા સંઘ તરીકે પણ ઓળખવામાં આવે છે, તે પ્રારંભિક આધુનિક ભારતીય સંઘ હતું જેણે 18મી સદીમાં ભારતીય ઉપખંડના મોટા ભાગ પર પ્રભુત્વ જમાવ્યું હતું. મરાઠા શાસન ઔપચારિક રીતે 1674 માં ભોંસલે વંશના શિવાજીના છત્રપતિ તરીકે રાજ્યાભિષેક સાથે શરૂ થયું હતું. શિવાજી મરાઠા જાતિમાંથી આવ્યા હોવા છતાં, મરાઠા સામ્રાજ્યમાં યોદ્ધાઓ, વહીવટકર્તાઓ અને મરાઠા અને મહારાષ્ટ્રની અન્ય કેટલીક જાતિઓના અન્ય વિખ્યાત લોકોનો પણ સમાવેશ થતો હતો. ભારતીય ઉપખંડ પર મુઘલ નિયંત્રણનો અંત લાવવા અને મરાઠા સામ્રાજ્યની સ્થાપના માટે તેમને મોટાભાગે શ્રેય આપવામાં આવે છે.

મુઘલ સમ્રાટ ઔરંગઝેબના ધાર્મિક વલણે બિન-મુસ્લિમોને વિમુખ કર્યા, અને તેના માણસો અને ખજાનાની મોટી કિંમતે 27 વર્ષના યુદ્ધ પછી પરિણામી મરાઠા વિદ્રોહને સમાપ્ત કરવામાં તેની અસમર્થતા, આખરે મરાઠાઓનું આધિપત્ય અને ભૂતપૂર્વ મુઘલ જમીનોના મોટા ભાગ પર નિયંત્રણનું કારણ બન્યું. 1757 સુધીમાં ઉત્તરમાં અથવા ઉપખંડના લગભગ 1/3 ભાગમાં. મરાઠા શાસન સત્તાવાર રીતે 1818 માં ત્રીજા ઐંગ્લો-મરાઠા યુદ્ધમાં બ્રિટિશ ઇસ્ટ ઇન્ડિયા કંપનીના હાથે પેશવા બાજીરાવ II ની હાર સાથે સમાપ્ત થયું. મરાઠાઓ પશ્ચિમ ડેક્કન પ્લેટુમાંથી મરાઠી બોલતા યોદ્ધા જૂથ હતા. જેઓ હિંદવી સ્વરાજ્યની સ્થાપના કરીને પ્રખ્યાત થયા.

મરાઠાઓ 17મી સદીમાં શિવાજીના નેતૃત્વમાં અગ્રણી બન્યા હતા, જેમણે આદિલ શાહી વંશ સામે બળવો કર્યો હતો અને મુઘલોએ તેમની રાજધાની તરીકે રાયગઢ સાથે રાજ્ય રચ્યું હતું. તેમના પિતા શાહજીએ અગાઉ તંજાવુર જીતી લીધું હતું જે શિવાજીના સાવકા ભાઈ વેંકોજી રાવ (ઉર્ફે એકોજી)ને વારસામાં

મળ્યું હતું. આ રાજ્ય તંજાવુર મરાઠા રાજ્ય તરીકે જાણીતું હતું. બેંગ્લોર જેની સ્થાપના 1537 માં વિજયનગર સામ્રાજ્યના જાગીરદાર દ્વારા કરવામાં આવી હતી, કેમ્પે ગૌડા I જેણે સ્વતંત્રતાની ઘોષણા કરી હતી, તેને 1638 માં રાનાદુલ્લા ખાનની આગેવાની હેઠળની મોટી આદિલ શાહી બીજાપુર સૈન્ય દ્વારા કબજે કરવામાં આવ્યું હતું, જેણે તેના સેકન્ડ ઇન કમાન્ડ શાહજીની સાથે કેમ્પે ગૌડા III ને હરાવ્યા હતા. . પરિણામે બેંગ્લોર શાહજીને જાગીર (જાગીર મિલકત) તરીકે આપવામાં આવ્યું હતું. તેમની ગતિશીલતા માટે જાણીતા, મરાઠાઓ મુઘલ-મરાઠા યુદ્ધો દરમિયાન તેમના પ્રદેશને એકીકૃત કરવામાં સક્ષમ હતા અને બાદમાં ભારતીય ઉપખંડના મોટા ભાગને નિયંત્રિત કરવામાં સક્ષમ હતા.

મુઘલ કેદમાંથી છૂટ્યા પછી, શાહુ બાલાજી વિશ્વનાથની મદદથી તેની કાકી તારાબાઈ સાથે ટૂંકા સંઘર્ષ પછી મરાઠા શાસક બન્યા. તેમની મદદથી ખુશ થઈને, શાહુએ બાલાજીને અને પછીથી, તેમના વંશજોને પેશવા અથવા સામ્રાજ્યના વડા પ્રધાન તરીકે નિયુક્ત કર્યા. બાલાજી અને તેમના વંશજોએ મરાઠા શાસનના વિસ્તરણમાં મુખ્ય ભૂમિકા ભજવી હતી. સામ્રાજ્ય, 1758 માં તેની ટોચ પર, દક્ષિણમાં તમિલનાડુથી ઉત્તરમાં પેશાવર (આધુનિક ખૈબર પખ્તુનખ્વા, પાકિસ્તાન) અને પૂર્વમાં હુગલી નદી સુધી ઓરિસ્સા અને પશ્ચિમ બંગાળ સુધી થોડા સમય માટે વિસ્તરેલું હતું.

જો કે, જ્યારે મરાઠા સેના 1761માં પાણીપતની ત્રીજી લડાઈ હારી ગઈ ત્યારે તેઓ દિલ્હીની બહાર તેમનો વ્યવસાય ગુમાવી બેઠા. પાણીપતના દસ વર્ષ પછી, યુવાન પેશવા માધવ રાવ પ્રથમના મરાઠા પુનરુત્થાનએ ઉત્તર ભારત પર મરાઠા સત્તા પુનઃસ્થાપિત કરી. મરાઠાઓએ મુઘલ સિંહાસનને નાબૂદ કરવા અને તેના પર વિશ્વાસ રાવને દિલ્હીમાં બેસાડવાની ચર્ચા કરી. મોટા સામ્રાજ્યને અસરકારક રીતે સંચાલિત કરવા માટે, માધવ રાવે મરાઠા રાજ્યોની સંઘની રચના કરીને સૌથી મજબૂત નાઈટ્સને અર્ધ-સ્વાયત્તતા આપી. આ નેતાઓ બરોડાના ગાયકવાડ, ઈન્દોર અને માલવાના હોલકરો, ગ્વાલિયર અને ઉજ્જૈનના સિંધિયા, નાગપુરના ભોંસલે, વિદર્ભના જાધવ, ગુજરાતના દાભાડ, ધાર અને દેવાસના પુવાર તરીકે જાણીતા બન્યા.

1775માં, ઈસ્ટ ઈન્ડિયા કંપનીએ પુણેમાં પેશવા પરિવારના ઉત્તરાધિકાર સંઘર્ષમાં હસ્તક્ષેપ કર્યો, જેના કારણે પ્રથમ એંગ્લો-મરાઠા યુદ્ધ થયું જેમાં મરાઠાઓ વિજયી થયા. બીજા અને ત્રીજા એંગ્લો-મરાઠા યુદ્ધો (1805-1818) માં તેમની હાર ન થાય ત્યાં સુધી મરાઠાઓ ભારતમાં પ્રસિદ્ધ શક્તિ રહ્યા, જેના પરિણામે ઇસ્ટ ઇન્ડિયા કંપનીએ મોટાભાગના ભારતીય ઉપખંડ પર નિયંત્રણ મેળવ્યું. 1818માં મરાઠા સામ્રાજ્યનો અંત આવ્યો, તેના છેલ્લા પેશવા બાજી

રાવ બીજા હતા. મરાઠા સામ્રાજ્યનો મોટો હિસ્સો દરિયાકિનારો હતો, જેને કાન્હોજી આંગ્રે જેવા કમાન્ડરો હેઠળ બળવાન મરાઠા નૌકાદળ દ્વારા સુરક્ષિત કરવામાં આવ્યો હતો. તેણે સફળતાપૂર્વક વિદેશી નૌકાદળના જહાજોને, ખાસ કરીને પોર્ટુગીઝ અને બ્રિટિશ જહાજોને દૂર રાખ્યા.

દરિયાકાંઠાના વિસ્તારોને સુરક્ષિત કરવા અને જમીન આધારિત કિલ્લેબંધીનું નિર્માણ એ મરાઠાની રક્ષણાત્મક વ્યૂહરચના અને પ્રાદેશિક લશ્કરી ઇતિહાસના નિર્ણાયક પાસાઓ હતા. મરાઠા સામ્રાજ્યને મરાઠા સંઘ તરીકે પણ ઓળખવામાં આવે છે. ઇતિહાસકાર બાર્બરા રામુસેક કહે છે કે ભૂતપૂર્વ એ ભારતીય રાષ્ટ્રવાદીઓ દ્વારા પસંદ કરાયેલ હોદ્દો છે, જ્યારે બાદમાંનો ઉપયોગ બ્રિટિશ ઇતિહાસકારો દ્વારા કરવામાં આવતો હતો. તેણી નોંધે છે, "કોઈ પણ શબ્દ સંપૂર્ણ રીતે સચોટ નથી કારણ કે એક કેન્દ્રીકરણની નોંધપાત્ર માત્રા સૂચવે છે અને બીજો કેન્દ્ર સરકાર અને રાજકીય વહીવટકર્તાઓના લાંબા સમયથી ચાલતા કોર માટે સત્તાના અમુક શરણાગતિ દર્શાવે છે." જો કે હાલમાં, મરાઠા શબ્દ ચોક્કસ જાતિનો સંદર્ભ આપે છે. યોદ્ધાઓ અને ખેડૂતોનો, ભૂતકાળમાં આ શબ્દનો ઉપયોગ તમામ મરાઠી લોકો માટે કરવામાં આવતો હતો.

• છત્રપતિ સામ્રાજ્યનું

માથું ન્યાયમૂર્તિ તરીકે છત્રપતિમાં હતું, પરંતુ છત્રપતિ શાહુ પ્રથમના શાસન પછી વાસ્તવિક શાસન પેશ્વાઓના હાથમાં હતું. પેશવા માધવરાવ I ના મૃત્યુ પછી, વિવિધ વડાઓએ તેમના પ્રદેશોમાં વાસ્તવિક શાસકોની ભૂમિકા ભજવી હતી. શિવાજી (1630-1680) ભોસલે કુળના મરાઠા કુલીન હતા જેઓ મરાઠા સામ્રાજ્યના સ્થાપક છે. શિવાજીએ 1645માં તોર્ના કિલ્લો જીતીને લોકોને બીજાપુરની સલ્તનતમાંથી મુક્ત કરવા માટે એક પ્રતિકારનું નેતૃત્વ કર્યું, ત્યારપછી ઘણા વધુ કિલ્લાઓ બનાવ્યા, આ વિસ્તારને તેમના નિયંત્રણ હેઠળ મુક્યો અને હિંદવી સ્વરાજ્યની સ્થાપના કરી). તેમણે રાજધાની તરીકે રાયગઢ સાથે સ્વતંત્ર મરાઠા સામ્રાજ્યની રચના કરી અને તેમના રાજ્યની રક્ષા માટે મુઘલો સામે સફળતાપૂર્વક લડ્યા.

તેમને 1674માં નવા મરાઠા સામ્રાજ્યના છત્રપતિ (સાર્વભૌમ) તરીકે તાજ પહેરાવવામાં આવ્યો હતો. તેમના હેઠળના મરાઠા આધિપત્યમાં લગભગ 4.1% ઉપખંડનો સમાવેશ થતો હતો, પરંતુ તે મોટા વિસ્તારોમાં ફેલાયેલો હતો. તેમના મૃત્યુ સમયે, તે લગભગ 300 કિલ્લાઓ સાથે મજબૂત બનાવવામાં આવ્યું હતું, અને લગભગ 40,000 ઘોડેસવારો, અને 50,000 સૈનિકો, તેમજ પશ્ચિમ કિનારે

નૌકાદળની સંસ્થાઓ દ્વારા તેનો બચાવ કરવામાં આવ્યો હતો. સમય જતાં, સામ્રાજ્ય તેના પૌત્રના શાસનના સમય સુધીમાં કદ અને વિશિષ્ટતામાં વધારો કરશે, અને પાછળથી 18મી સદીની શરૂઆતમાં પેશવાઓના શાસન હેઠળ, તે એક સંપૂર્ણ સામ્રાજ્ય હતું.

- **સંભાજી, શિવાજીના મોટા પુત્ર**

શિવાજીને બે પુત્રો હતા: સંભાજી અને રાજારામ, જેમની માતાઓ જુદી જુદી હતી અને સાવકા ભાઈઓ હતા. 1681 માં, સંભાજી તેમના પિતાના મૃત્યુ પછી તાજ માટે સફળ થયા અને તેમની વિસ્તરણવાદી નીતિઓ ફરી શરૂ કરી. સંભાજીએ અગાઉ પોર્ટુગીઝ અને મૈસુરના ચિક્કા દેવા રાયને હરાવ્યા હતા. તેના બળવાખોર પુત્ર, અકબર અને મરાઠાઓ વચ્ચેના જોડાણને રદ કરવા માટે, મુઘલ સમ્રાટ ઔરંગઝેબ 1681માં દક્ષિણ તરફ પ્રયાણ કર્યું. તેના સમગ્ર શાહી દરબાર, વહીવટીતંત્ર અને લગભગ 500,000 સૈનિકોની સેના સાથે, તેણે મુઘલ સામ્રાજ્યના વિસ્તરણ માટે આગળ વધ્યા, જેમ કે પ્રદેશો મેળવ્યા. બીજાપુર અને ગોલકોંડાની સલ્તનત. તે પછીના આઠ વર્ષ દરમિયાન, સંભાજીએ મુઘલો સામે મરાઠાઓનું સફળતાપૂર્વક નેતૃત્વ કર્યું.

1689 ની શરૂઆતમાં, સંભાજીએ મુઘલ દળો પર આક્રમણની વિચારણા કરવા માટે સંગમેશ્વર ખાતે વ્યૂહાત્મક બેઠક માટે તેના સેનાપતિઓને બોલાવ્યા. એક ઝીણવટપૂર્વક આયોજિત ઓપરેશનમાં, ગનોજી અને ઔરંગઝેબના સેનાપતિ, મુકરબ ખાને સંભાજીની સાથે થોડા માણસો હતા ત્યારે સંગમેશ્વર પર હુમલો કર્યો. 1 ફેબ્રુઆરી 1689ના રોજ મુઘલ સૈનિકો દ્વારા સંભાજી પર હુમલો કરીને તેને પકડી લેવામાં આવ્યો હતો. તેને અને તેના સલાહકાર કવિ કલાશને શાહી સૈન્ય દ્વારા બહાદુરગઢ લઈ જવામાં આવ્યા હતા, જ્યાં તેમને 21 માર્ચ 1689ના રોજ મુઘલો દ્વારા મૃત્યુદંડ આપવામાં આવ્યો હતો. ઔરંગઝેબે સંભાજી પર હુમલાનો આરોપ મૂક્યો હતો. બુરહાનપુર પર મરાઠા દળો.

સંભાજીના મૃત્યુ પછી, તેમના સાવકા ભાઈ રાજારામ સિંહાસન પર બેઠા. રાયગઢની મુઘલ ઘેરાબંધી ચાલુ રહી, અને તેણે સલામતી માટે વિશાલગઢ અને પછી જીંજી ભાગી જવું પડ્યું. ત્યાંથી, મરાઠાઓએ મુઘલ પ્રદેશ પર હુમલો કર્યો, અને સંતાજી ઘોરપડે, ધનાજી જાધવ, પરશુરામ પંત પ્રતિનિધિ, શંકરાજી નારાયણ સચિવ અને મેલગીરી પંડિત જેવા મરાઠા સેનાપતિઓ દ્વારા ઘણા કિલ્લાઓ ફરીથી કબજે કરવામાં આવ્યા. 1697 માં, રાજારામે યુદ્ધવિરામની ઓફર કરી પરંતુ તેને ઔરંગઝેબે નકારી કાઢી. રાજારામનું મૃત્યુ 1700માં

સિંહગઢ ખાતે થયું હતું. તેમની વિધવા, તારાબાઈએ તેમના પુત્ર, રામરાજા (શિવાજી II) ના નામે નિયંત્રણ મેળવ્યું.

1707માં ઔરંગઝેબના મૃત્યુ પછી, સંભાજી (અને શિવાજીના પૌત્ર)ના પુત્ર શાહુને નવા મુઘલ સમ્રાટ બહાદુર શાહ I દ્વારા મુક્ત કરવામાં આવ્યો હતો. જો કે, શાહુ મુક્તિની શરતોનું પાલન કરે તે સુનિશ્ચિત કરવા માટે તેની માતાને મુઘલોની બાનમાં રાખવામાં આવી હતી. મુક્ત થયા પછી, શાહુએ તરત જ મરાઠા સિંહાસનનો દાવો કર્યો અને તેની કાકી તારાબાઈ અને તેના પુત્રને પડકાર આપ્યો. છૂટાછવાયા મુઘલ-મરાઠા યુદ્ધ ત્રિકોણીય પ્રણય બની ગયું. આના પરિણામે 1707માં શાહુ અને તારાબાઈ દ્વારા અનુક્રમે સતારા અને કોલ્હાપુર ખાતે સરકારની બે હરીફ બેઠકો સ્થાપવામાં આવી. શાહુએ બાલાજી વિશ્વનાથને પોતાના પેશ્વા તરીકે નિયુક્ત કર્યા.

શિવાજીના હકદાર વારસદાર અને મરાઠાઓના છત્રપતિ તરીકે શાહુને મુઘલ માન્યતા અપાવવામાં પેશ્વાએ મહત્વની ભૂમિકા ભજવી હતી. બાલાજીએ 1719માં મુઘલ કેદમાંથી શાહુની માતા યેસુબાઈની મુક્તિ પણ મેળવી હતી. શાહુના શાસનકાળ દરમિયાન, રાધોજી ભોસલેએ સામ્રાજ્યનો પૂર્વ તરફ વિસ્તાર કર્યો, જે હાલના બંગાળ સુધી પહોંચ્યો. ખંડેરાવ દાભાડે અને બાદમાં તેમના પુત્ર, ત્ર્યંબકરાવે તેને ગુજરાતમાં પશ્ચિમ તરફ વિસ્તાર્યું. પેશ્વા બાજીરાવ અને તેના ત્રણ સરદારો, પવાર (ધાર), હોલકર (ઈન્દોર) અને સિંધિયા (ગ્વાલિયર) એ તેનો ઉત્તર તરફ પેશાવર સુધી વિસ્તાર કર્યો. તેણે તેનો વિસ્તાર કાવેરી નદી સુધી પણ કર્યો.

- પેશવા યુગ

પુણેમાં આવેલ શનિવર વાડા મહેલનો કિલ્લો, તે 1818 સુધી મરાઠા સામ્રાજ્યના પેશવા શાસકોની બેઠક હતી. આ યુગ દરમિયાન, ભાટ પરિવાર સાથે જોડાયેલા પેશવાઓએ મરાઠા સૈન્યને નિયંત્રિત કર્યું અને બાદમાં 1772 સુધી મરાઠા સામ્રાજ્યના વાસ્તવિક શાસકો બન્યા. સમય જતાં, મરાઠા સામ્રાજ્યએ મોટાભાગના ભારતીય ઉપખંડ પર પ્રભુત્વ જમાવ્યું હતું.

- પેશ્વા બાલાજી વિશ્વનાથ

શાહુએ 1713 માં પેશ્વા બાલાજી વિશ્વનાથની નિમણૂક કરી. તેમના સમયથી, પેશવાનું કાર્યાલય સર્વોચ્ચ બન્યું જ્યારે શાહુ એક આકૃતિ બની ગયા. પશ્ચિમ

કિનારે સૌથી શક્તિશાળી નૌકાદળના વડા કાન્હોજિ આંગ્રે સાથે 1714માં લોનાવાલાની સંધિનું નિષ્કર્ષ તેમની પ્રથમ મોટી સિદ્ધિ હતી. બાદમાં તેણે શાહુને છત્રપતિ તરીકે સ્વીકાર્યો. 1719 માં, મરાઠાઓએ ડેક્કનના મુઘલ ગવર્નર સૈયદ હુસૈન અલીને હરાવીને દિલ્હી તરફ કૂચ કરી અને મુઘલ સમ્રાટને પદભ્રષ્ટ કર્યો. મુઘલ બાદશાહો આ સમયથી તેમના મરાઠા શાસકોના હાથની કઠપૂતળી બની ગયા હતા.

- **પેશવા બાજી રાવ 1**

એપ્રિલ 1720 માં બાલાજી વિશ્વનાથના મૃત્યુ પછી, તેમના પુત્ર, બાજી રાવ I ને શાહુ દ્વારા પેશવા નિયુક્ત કરવામાં આવ્યા હતા. 1720-1740 દરમિયાન આધુનિક ભારતીય લેન્ડસ્કેપના 3% થી 30% સુધી મરાઠા સામ્રાજ્યને દસ ગણું વિસ્તરણ કરવાનો શ્રેય બાજીરાવને આપવામાં આવે છે. તેમણે એપ્રિલ 1740 માં તેમના મૃત્યુ પહેલા 41 થી વધુ યુદ્ધો લડ્યા હતા અને તેઓ ક્યારેય હાર્યા નહોતા. પાલખેડનું યુદ્ધ એ ભૂમિ યુદ્ધ હતું જે 28 ફેબ્રુઆરી 1728 ના રોજ નાસિક, મહારાષ્ટ્ર, ભારતના શહેર નજીક પાલખેડ ગામમાં બાજી રાવ I અને કમર-ઉદ્-દિન ખાન, હૈદરાબાદના આસફ જાહ I વચ્ચે થયું હતું. મરાઠાઓએ નિઝામને હરાવ્યો. આ યુદ્ધને લશ્કરી વ્યૂહરચનાના તેજસ્વી અમલનું ઉદાહરણ માનવામાં આવે છે.

1737 માં, બાજીરાવ I હેઠળ મરાઠાઓએ દિલ્હીના યુદ્ધ (1737) માં બ્લિટ્ઝક્રીગમાં દિલ્હીના ઉપનગરો પર હુમલો કર્યો. મરાઠાઓના આક્રમણમાંથી મુઘલોને બચાવવા માટે નિઝામ ડેક્કનથી નીકળ્યો હતો, પરંતુ ભોપાલના યુદ્ધમાં નિર્ણાયક રીતે પરાજય થયો હતો. મરાઠાઓએ મુઘલો પાસેથી મોટી શ્રદ્ધાંજલિ મેળવી અને એક સંધિ પર હસ્તાક્ષર કર્યા જેણે માલવાને મરાઠાઓને સોંપી દીધો. વસઈનું યુદ્ધ મરાઠાઓ અને વસઈના પોર્ટુગીઝ શાસકો વચ્ચે લડવામાં આવ્યું હતું, એક ગામ વસઈ ખાડીના ઉત્તર કિનારે આવેલું છે, જે મુંબઈથી 50 કિમી ઉત્તરે છે. મરાઠાઓનું નેતૃત્વ બાજીરાવના ભાઈ ચીમાજી અપ્પા કરી રહ્યા હતા. આ યુદ્ધમાં મરાઠાઓની જીત એ બાજીરાવના કાર્યકાળની એક મોટી સિદ્ધિ હતી.

- **પેશવા બાલાજી બાજીરાવ**

બાજીરાવના પુત્ર, બાલાજી બાજીરાવ (નાનાસાહેબ), અન્ય સરદારોના વિરોધ છતાં શાહુ દ્વારા આગામી પેશ્વા તરીકે નિયુક્ત કરવામાં આવ્યા હતા. 1740 માં, રાધોજી ભોસલેના નેતૃત્વમાં મરાઠા દળો આર્કોટ પર ઉતરી આવ્યા અને દમલચેરીના પાસમાં આર્કોટના નવાબ દોસ્ત અલીને હરાવ્યા. તે પછીના યુદ્ધમાં, દોસ્ત અલી, તેનો એક પુત્ર હસન અલી અને અન્ય અનેક અગ્રણી વ્યક્તિઓએ જીવ ગુમાવ્યો. આ પ્રારંભિક સફળતાએ તરત જ દક્ષિણમાં મરાઠા પ્રતિષ્ઠામાં વધારો કર્યો.

દમલચેરીથી, મરાઠાઓ આર્કોટ તરફ આગળ વધ્યા, જેણે ખૂબ પ્રતિકાર કર્યા વિના તેમને આત્મસમર્પણ કર્યું. ત્યારબાદ, રઘુજીએ ડિસેમ્બર 1740માં ત્રિચિનોપોલી પર આક્રમણ કર્યું. પ્રતિકાર કરવામાં અસમર્થ, ચંદા સાહેબે 14 માર્ચ 1741ના રોજ કિલ્લો રઘુજીને સોંપી દીધો. ચંદા સાહેબ અને તેમના પુત્રની ધરપકડ કરીને નાગપુર મોકલવામાં આવ્યા. આ સમય દરમિયાન રાજપૂતાના પણ મરાઠા વર્ચસ્વ હેઠળ આવ્યું. જૂન 1756માં લુઈસ માસ્કરેન્હાસ, કાઉન્ટ ઓફ આલ્વા (કોન્ડે ડી આલ્વા), પોર્ટુગીઝ વાઈસરોય ગોવામાં મરાઠા સેનાની કાર્યવાહીમાં માર્યા ગયા હતા. કર્ણાટક અને ત્રિચિનોપોલીના સફળ અભિયાન પછી, રઘુજી કર્ણાટકથી પાછા ફર્યા.

તેમણે 1741 થી 1748 સુધી બંગાળમાં છ અભિયાનો હાથ ધર્યા હતા. પુનરુત્થાન પામેલા મરાઠા સામ્રાજ્યએ 18મી સદીમાં સમૃદ્ધ બંગાળી રાજ્ય સામે ક્રૂર હુમલાઓ શરૂ કર્યા હતા, જેણે બંગાળના નવાબોના પતનમાં વધુ ઉમેરો કર્યો હતો. હુગલી નદી સુધી બિહાર અને પશ્ચિમ બંગાળ પરના તેમના આક્રમણ અને કબજા દરમિયાન, પશ્ચિમ બંગાળ પરના તેમના કબજા દરમિયાન, મરાઠાઓએ સ્થાનિક વસ્તી પર અત્યાચાર ગુજાર્યા હતા. બંગાળી અને યુરોપીયન સ્રોતો દ્વારા મરાઠા અત્યાચારની નોંધ કરવામાં આવી હતી, જેમાં અહેવાલ છે કે મરાઠાઓએ ચૂકવણીની માંગણી કરી હતી અને જેઓ ચૂકવણી કરી શકતા ન હતા તેમને ત્રાસ આપ્યો હતો અથવા મારી નાખ્યો હતો. 1727માં બંગાળના ગવર્નર મુર્શિદ કુલી ખાનના મૃત્યુ પછી બંગાળમાં પ્રવર્તતી અરાજક પરિસ્થિતિનો સફળતાપૂર્વક ઉપયોગ કરીને રઘુજી ઓડિશાને તેમના રાજ્ય સાથે કાયમી ધોરણે જોડવામાં સક્ષમ હતા. ભોંસલો દ્વારા સતત હેરાન થતા ઓડિશા, બંગાળ અને બિહારના કેટલાક ભાગો આર્થિક રીતે બરબાદ થઈ ગયા હતા. બંગાળના નવાબ અલીવર્દી ખાને રઘુજી સાથે 1751માં કટક (ઓડિશા)ને સુવર્ણરેખા નદી સુધી સોંપીને શાંતિ કરી અને રૂ. બંગાળ અને બિહાર માટે ચોથ તરીકે વાર્ષિક 1.2 મિલિયન.

બાલાજી બાજીરાવે ખેતીને પ્રોત્સાહન આપ્યું, ગ્રામજનોનું રક્ષણ કર્યું અને પ્રદેશની સ્થિતિમાં નોંધપાત્ર સુધારો કર્યો. નાનાસાહેબના ભાઈ રઘુનાથ રાવે 1756માં અહેમદ શાહ અબ્દાલી દ્વારા દિલ્હીની લૂંટ પછી અફઘાન પાછ ખેંચવાના પગલે દબાણ કર્યું હતું. દિલ્હીના યુદ્ધમાં અફઘાન ચોકીને હરાવીને ઓગસ્ટ 1757માં રઘુનાથ રાવની આગેવાની હેઠળ મરાઠા સેના દ્વારા દિલ્હી પર કબજો કરવામાં આવ્યો હતો. આનાથી ઉત્તર-પશ્ચિમ ભારત પર મરાઠા વિજયનો પાયો નાખ્યો. લાહોરમાં, દિલ્હીની જેમ, મરાઠાઓ હવે મુખ્ય ખેલાડીઓ હતા. 1758ના એટોકના યુદ્ધ પછી, મરાઠાઓએ 8 મે 1758ના રોજ પેશાવરના યુદ્ધમાં અફઘાન સૈનિકોને હરાવીને પેશાવર પર કબજો કર્યો. 1761માં પાણીપતના યુદ્ધ પહેલા, મરાઠાઓએ દિલ્હીના લાલ કિલ્લામાં "દીવાન-એ-ખાસ" અથવા ખાનગી પ્રેક્ષકોના હોલને લૂંટી લીધો, જે તે સ્થાન હતું જ્યાં મુઘલ સમ્રાટો દરબારીઓ અને રાજ્યના મહેમાનોને આવકારતા હતા. દિલ્હીમાં તેમના અભિયાનો. મરાઠાઓ કે જેઓ પૈસા માટે સખત દબાયેલા હતા, તેમણે દિવાન-એ-ખાસની ચાંદીની ટોચમર્યાદા છીનવી લીધી અને મુસ્લિમ મૌલાનાઓને સમર્પિત મંદિરોને લૂંટી લીધા.

- **1750 ના દાયકામાં રોહિલખંડ પર મરાઠા આક્રમણ**

દરમિયાન મરાઠાઓએ રોહિલાઓને હરાવ્યા, તેમને પહાડીઓમાં આશ્રય લેવાની ફરજ પાડી અને તેમના દેશને એવી રીતે તોડી નાખ્યા કે રોહિલાઓ મરાઠાઓથી ડરતા હતા અને પછીથી તેમને નફરત કરતા હતા. 1760 માં, સદાશિવરાવ ભાઈના નેતૃત્વમાં મરાઠાઓએ ઉત્તર ભારતમાં મોટી સેના મોકલીને અફઘાનોના ઉત્તર ભારતમાં પાછ ફરવાના સમાચારનો જવાબ આપ્યો. ભાઉના બળને હોલકર, સિંધિયા, ગાયકવાડ અને ગોવિંદ પંત બુંદેલની સાથે સૂરજ માલ હેઠળ કેટલાક મરાઠા દળો દ્વારા મજબૂત બનાવવામાં આવ્યું હતું. 50,000 થી વધુ નિયમિત સૈનિકોની સંયુક્ત સેનાએ ઓગસ્ટ 1760 માં અફઘાન ચોકીમાંથી ભૂતપૂર્વ મુઘલ રાજધાની દિલ્હીને ફરીથી કબજે કરી લીધું. અગાઉના આક્રમણોને કારણે દિલ્હી ઘણી વખત રાખ થઈ ગયું હતું, અને મરાઠાઓમાં પુરવઠાની તીવ્ર અછત હતી.

શિબિર. ભાઉએ પહેલેથી જ વસ્તીવાળા શહેરને કાઢી નાખવાનો આદેશ આપ્યો. તેમણે તેમના ભત્રીજા અને પેશવાના પુત્ર વિશ્વાસરાવને મુઘલ સિંહાસન પર બેસાડવાની યોજના બનાવી હોવાનું કહેવાય છે. 1760 સુધીમાં, ડેક્કનમાં નિઝામની હાર સાથે, મરાઠા શક્તિ 2,500,000 ચોરસ કિલોમીટર

(970,000 ચોરસ માઇલ) થી વધુ વિસ્તાર સાથે તેની ટોચ પર પહોંચી ગઈ હતી. અહમદ શાહ દુર્રાનીએ રોહિલાઓ અને અવધના નવાબને દિલ્હીમાંથી મરાઠાઓને ભગાડવામાં મદદ કરવા બોલાવ્યા. પાણીપતના ત્રીજા યુદ્ધમાં 14 જાન્યુઆરી 1761ના રોજ મુસ્લિમ દળો અને મરાઠાઓની વિશાળ સેનાઓ એકબીજા સાથે અથડાઈ. મરાઠા સૈન્ય યુદ્ધ હારી ગયું,

જેણે તેમના શાહી વિસ્તરણને અટકાવ્યું. જાટ અને રાજપૂતોએ મરાઠાઓને સમર્થન આપ્યું ન હતું. ઈતિહાસકારોએ સાથી હિંદુ જૂથો સાથે મરાઠા વર્તનની ટીકા કરી છે. કૌશિક રોય કહે છે "મરાઠાઓ સાથે તેમના સહ-ધર્મવાદી સાથી - જાટ અને રાજપૂતો સાથેનું વર્તન ચોક્કસપણે અયોગ્ય હતું યુદ્ધ પછી, મલ્હાર રાવ હોલકરે રાજપૂતો પર હુમલો કર્યો અને માંગરોલની લડાઈમાં તેમને હરાવ્યા. આનાથી રાજસ્થાનમાં મરાઠા સત્તા પુનઃસ્થાપિત થઈ. મરાઠાઓએ જાટ અને રાજપૂતો પર ભારે કર લાદીને, મુઘલોને પરાજિત કર્યા પછી તેમને સજા આપીને અને તેમની આંતરિક બાબતોમાં દખલ કરીને વિરોધ કર્યો હતો. મરાઠાઓને ભરતપુરના રાજા સૂરજ માલ દ્વારા ત્યજી દેવામાં આવ્યા હતા, જેમણે મહાન યુદ્ધની શરૂઆત પહેલા આગ્રા ખાતે મરાઠા જોડાણ છોડી દીધું હતું અને તેમના સૈનિકોને પાછા ખેંચી લીધા હતા કારણ કે મરાઠા જનરલ સદાશિવરાવ ભાઉએ સૈનિકોના પરિવારો (મહિલાઓ અને બાળકો) અને યાત્રાળુઓને છોડી દેવાની સલાહને ધ્યાન આપ્યું ન હતું. આગ્રા ખાતે અને તેમને સૈનિકો સાથે યુદ્ધના મેદાનમાં ન લઈ જવા, તેમના સહકારને નકારી કાઢ્યો. તેમની સપ્લાય ચેન (રાજા સૂરજ માલ દ્વારા અગાઉ ખાતરી આપવામાં આવી હતી) અસ્તિત્વમાં ન હતી.

- ### પેશવા માધવરાવ 1

પેશવા માધવરાવ પ્રથમ મરાઠા સામ્રાજ્યના ચોથા પેશવા હતા. તેમના કાર્યકાળ દરમિયાન જ મરાઠા પુનરુત્થાન થયું હતું. તેમણે મરાઠા સામ્રાજ્યમાં એકીકૃત દળ તરીકે કામ કર્યું અને મરાઠા સત્તા પર ભાર મૂકવા માટે મૈસૂર અને હૈદરાબાદના નિઝામને વશ કરવા દક્ષિણમાં ગયા. તેમણે ભોંસલે, સિંધિયા અને હોલકર જેવા સેનાપતિઓને ઉત્તરમાં મોકલ્યા, જ્યાં તેઓએ 1770ના દાયકાની શરૂઆતમાં મરાઠા સત્તાની પુનઃસ્થાપના કરી. માધવ રાવે 1767માં કૃષ્ણા નદી પાર કરી અને સીરા અને મદગીરીની લડાઈમાં હૈદર અલીને હરાવ્યો. તેણે કેલાડી નાયક રાજ્યની છેલ્લી રાણીને પણ બચાવી હતી, જેને હૈદર અલી દ્વારા મદગીરીના કિલ્લામાં કેદમાં રાખવામાં આવી હતી.

- ## ગ્વાલિયરના મરાઠા રાજા

તેમના મહેલમાં 1771 ની શરૂઆતમાં, પાણીપતના ત્રીજા યુદ્ધ પછી ઉત્તર ભારત પર મરાઠા સત્તાના પતનના દસ વર્ષ પછી, મહાદજીએ દિલ્હી પર ફરીથી કબજો કર્યો અને શાહઆલમ II ને મુઘલ સિંહાસન પર કઠપૂતળી શાસક તરીકે સ્થાપિત કર્યો અને બદલામાં નાયબ વકીલ-ઉલ-મુતલકનું બિરુદ મેળવ્યું. અથવા સામ્રાજ્યના વાઇસ-રીજન્ટ અને વકીલ-ઉલ-મુતલકની વિનંતી પર પેશ્વાને આપવામાં આવી હતી. મુઘલોએ તેમને અમીર-ઉલ-અમરા (અમીરોના વડા)નું બિરુદ પણ આપ્યું હતું. દિલ્હી પર કબજો મેળવ્યા પછી, મરાઠાઓએ પાણીપતમાં તેમની સંડોવણી બદલ અફઘાન રોહિલાઓને સજા આપવા માટે 1772 માં મોટી સેના મોકલી. તેમની સેનાએ લૂંટફાટ અને લૂંટફાટ કરીને તેમજ રાજવી પરિવારના સભ્યોને બંદી બનાવીને રોહિલખંડનો વિનાશ કર્યો.

માધવ રાવનું 1772માં 27 વર્ષની વયે અવસાન થયું. તેમનું મૃત્યુ મરાઠા સામ્રાજ્ય માટે ઘાતક ફટકો માનવામાં આવે છે અને તે સમયથી મરાઠા સત્તાએ નીચે તરફ આગળ વધવાનું શરૂ કર્યું, સંઘ કરતાં ઓછું સામ્રાજ્ય. મોટા સામ્રાજ્યને અસરકારક રીતે સંચાલિત કરવા માટે, માધવરાવ પેશ્વાએ કુલીન વર્ગના સૌથી મજબૂત લોકોને અર્ધ-સ્વાયત્તતા આપી. પેશ્વા માધવરાવ I ના મૃત્યુ પછી, વિવિધ સરદારો અને જાગીરદાર શિશુ પેશ્વા માધવરાવ II માટે વાસ્તવિક શાસકો અને કારભારીઓ બન્યા. મધ્ય ભારતમાં ગ્વાલિયર રાજ્યના શાસક મહાદજી શિંદેની આગેવાની હેઠળ, મરાઠાઓએ જાટો, રોહિલા અફઘાનોને હરાવીને દિલ્હી કબજે કર્યું જે આગામી ત્રણ દાયકા સુધી મરાઠાઓના નિયંત્રણમાં રહ્યું.

તેમના દળોએ આધુનિક હરિયાણા પર વિજય મેળવ્યો. પાનીપતના ત્રીજા યુદ્ધના પાયમાલ પછી મરાઠા શક્તિને પુનરુત્થાન કરવામાં શિંદેએ મહત્વની ભૂમિકા ભજવી હતી અને આમાં તેમને બેનોઈટ ડી બોઇઝ્ને મદદ કરી હતી. માલવા સરદારો, બુંદેલખંડના જમીનદારો અને રાજસ્થાનના રાજપૂત સામ્રાજ્યો જેવા સામંતોની સત્તામાં વૃદ્ધિ પછી, તેઓએ મહાદજીને શ્રદ્ધાંજલિ આપવાનો ઇનકાર કર્યો, તેથી તેમણે ભોપાલ, દાતિયા, ચંદેરી, નારવર, સલબાઈ અને જેવા રાજ્યોને જીતવા માટે તેમની સેના મોકલી. ગોહદ. જો કે, તેણે જયપુરના રાજા સામે અસફળ અભિયાન ચલાવ્યું, પરંતુ 1787માં લાલસોટના અનિર્ણિત યુદ્ધ પછી પીછેહઠ કરી.

ગજેન્દ્રગઢનું યુદ્ધ તુકોજીરાવ હોલકર (મલ્હારરાવ હોલ્કરના દત્તક પુત્ર) અને ટીપુ સુલતાનની કમાન્ડ હેઠળ મરાઠાઓ વચ્ચે લડવામાં આવ્યું હતું. માર્ચ

1786 થી માર્ચ 1787 સુધી જેમાં ટીપુ સુલતાનનો મરાઠાઓ દ્વારા પરાજય થયો હતો. આ યુદ્ધમાં વિજય મેળવીને મરાઠા પ્રદેશની સરહદ તુંગભદ્રા નદી સુધી વિસ્તરી ગઈ. ત્યારે ગ્વાલિયરનો મજબૂત કિલ્લો ગોહદના જાટ શાસક છત્તર સિંહના હાથમાં હતો. 1783માં મહાદજીએ ગ્વાલિયરના કિલ્લાને ઘેરી લીધો અને તેને જીતી લીધો. તેમણે ગ્વાલિયરનો વહીવટ ખંડેરાવ હરિ ભાલેરાવને સોંપ્યો. ગ્વાલિયરના વિજયની ઉજવણી કર્યા પછી, મહાદજી શિંદેએ ફરીથી દિલ્હી તરફ ધ્યાન આપ્યું.

1788 માં, મહાદજીની સેનાઓએ મરાઠાઓનો પ્રતિકાર કરનાર મુઘલ ઉમદા ઈસ્માઈલ બેગને હરાવ્યો. રોહિલ્લાના વડા ગુલામ કાદિરે, ઇસ્માઇલ બેગના સાથી, મુઘલ વંશની રાજધાની દિલ્હી પર કબજો કર્યો અને રાજા શાહઆલમ II ને પદભ્રષ્ટ અને અંધ કરી, દિલ્હી સિંહાસન પર કઠપૂતળી મૂકી. મહાદજીએ દરમિયાનગીરી કરી અને તેને મારી નાખ્યો, 2 ઓક્ટોબરે શાહઆલમ II ને સિંહાસન પર પુનઃસ્થાપિત કરીને અને તેના રક્ષક તરીકે કામ કરીને દિલ્હીનો કબજો મેળવ્યો. જયપુર અને જોધપુર, બે સૌથી શક્તિશાળી રાજપૂત રાજ્યો હજુ પણ સીધા મરાઠા વર્ચસ્વથી બહાર હતા. તેથી, મહાદજીએ પાટણના યુદ્ધમાં જયપુર અને જોધપુરના દળોને કચડી નાખવા માટે તેમના સેનાપતિ બેનોઈટ ડી બોઈને મોકલ્યા. 10 સપ્ટેમ્બર 1790ના રોજ મારવાડ પણ કબજે કરવામાં આવ્યું હતું. મરાઠાઓની બીજી સિદ્ધિ ખરડાના યુદ્ધ સહિત હૈદરાબાદની સેનાના નિઝામ પર તેમની જીત હતી.

• **મરાઠા-મૈસુર યુદ્ધ**

મરાઠાઓ ટીપુ સુલતાન અને તેના મૈસૂર રાજ્ય સાથે સંઘર્ષમાં આવ્યા, જેના કારણે 1785માં મરાઠા-મૈસુર યુદ્ધ થયું. 1787માં મરાઠાઓ દ્વારા ટીપુ સુલતાનનો પરાજય થતાં યુદ્ધનો અંત આવ્યો. મરાઠા-મૈસુર યુદ્ધ એપ્રિલ 1787 માં ગજેન્દ્રગઢની સંધિને અંતિમ સ્વરૂપ આપ્યા બાદ સમાપ્ત થયું, જે મુજબ, મૈસુરના ટીપુ સુલતાન મરાઠાઓને યુદ્ધ ખર્ચ તરીકે 4.8 મિલિયન રૂપિયા અને વાર્ષિક 1.2 મિલિયન રૂપિયાની શ્રદ્ધાંજલિ આપવા માટે બંધાયેલા હતા.

હૈદર અલી દ્વારા કબજે કરવામાં આવેલ તમામ પ્રદેશો પરત કરવા ઉપરાંત, 1791-92માં, મરાઠા સંઘના મોટા વિસ્તારોમાં દોજી બારાના દુષ્કાળને કારણે મોટા પાયે વસ્તીનું નુકસાન થયું હતું. 1791 માં, મરાઠા સૈન્યના લમાણ અને પિંડારી જેવા અનિયમિતોએ શૃંગેરી શંકરાચાર્યના મંદિર પર દરોડા પાડ્યા અને લૂંટ ચલાવી, બ્રાહ્મણો સહિત ઘણા લોકોને માર્યા અને ઘાયલ કર્યા, તેની તમામ

કિંમતી સંપત્તિના મઠને લૂંટી લીધા, અને સાદેસરા ગોડની છબીને વિસ્થાપિત કરીને મંદિરને અપમાનિત કર્યું. વર્તમાન શંકરાચાર્યએ ટીપુ સુલતાનને મદદ માટે અરજી કરી. કન્નડમાં લખેલા લગભગ 30 પત્રોનો સમૂહ, જે ટીપુ સુલતાનના દરબાર અને શૃંગેરી શંકરાચાર્ય વચ્ચે વિનિમય કરવામાં આવ્યો હતો તે 1916 માં મૈસુરમાં પુરાતત્વ નિયામક દ્વારા શોધી કાઢવામાં આવ્યો હતો. ટીપુ સુલતાને તરત જ બેદનૂરના આસફને આદેશ આપ્યો કે સ્વામીને 200 રાહતીઓ (ફનામ) રોકડ અને અન્ય ભેટો અને વસ્તુઓ સાથે સપ્લાય કરો.

શૃંગેરી મંદિરમાં ટીપુ સુલતાનની રુચિ ઘણા વર્ષો સુધી ચાલુ રહી, અને તે હજુ પણ 1790 ના દાયકામાં સ્વામીને લખતો હતો. મરાઠા સામ્રાજ્યએ ટૂંક સમયમાં એંગ્લો-મૈસુર યુદ્ધોમાં મૈસુર સામે બ્રિટિશ ઇસ્ટ ઇન્ડિયા કંપની (બંગાળ પ્રેસિડેન્સીમાં સ્થિત) સાથે જોડાણ કર્યું. પ્રથમ બે એંગ્લો-મૈસુર યુદ્ધમાં મૈસુર સામે અંગ્રેજોનો પરાજય થયો તે પછી, મરાઠા ઘોડેસવારોએ 1790 થી છેલ્લી બે એંગ્લો-મૈસુર યુદ્ધોમાં અંગ્રેજોને મદદ કરી, આખરે 1799માં ચોથા એંગ્લો-મૈસુર યુદ્ધમાં અંગ્રેજોને મૈસુર જીતવામાં મદદ કરી. જો કે, બ્રિટિશ વિજય પછી, મરાઠાઓએ પ્રદેશને લૂંટવા માટે મૈસુરમાં વારંવાર દરોડા પાડ્યા હતા, જેને તેઓએ ટીપુ સુલતાનને ભૂતકાળમાં થયેલા નુકસાનના વળતર તરીકે વાજબી ઠેરવ્યા હતા.

1775માં, બ્રિટિશ ઇસ્ટ ઇન્ડિયા કંપની, બોમ્બેમાં તેના બેઝથી, સામ્રાજ્યના પેશવા બનવા માંગતા રઘુનાથરાવ (જેને રઘોબાદાદા પણ કહેવાય છે) વતી પુણેમાં ઉત્તરાધિકારના સંઘર્ષમાં હસ્તક્ષેપ કર્યો. તુકોજીરાવ હોલકર અને મહાદાજી શિંદેની આગેવાની હેઠળના મરાઠા દળોએ વડગાંવના યુદ્ધમાં બ્રિટિશ અભિયાન દળને હરાવ્યું હતું, પરંતુ ભારે શરણાગતિની શરતો, જેમાં કબજે કરાયેલ પ્રદેશ પરત અને આવકનો હિસ્સો સામેલ હતો, તેને બંગાળમાં બ્રિટિશ સત્તાવાળાઓ દ્વારા નામંજૂર કરવામાં આવી હતી અને લડાઈ ચાલુ રહી હતી. જે પ્રથમ એંગ્લો-મરાઠા યુદ્ધ તરીકે જાણીતું બન્યું તે 1782 માં યુદ્ધ પહેલાની સ્થિતિની પુનઃસ્થાપના અને ઇસ્ટ ઇન્ડિયા કંપની દ્વારા રઘુનાથરાવના કારણને છોડી દેવા સાથે સમાપ્ત થયું.

- **પેશવા માધવરાવ બીજાએ 1790માં તેમની કોર્ટમાં અંગ્રેજો સાથે સંધિ કરી**

1799 માં, યશવંતરાવ હોલકરને હોલ્કર્સના રાજા તરીકે તાજ પહેરાવવામાં આવ્યો અને તેણે ઉજ્જૈન પર કબજો કર્યો. તેણે તે પ્રદેશમાં પોતાનું સામ્રાજ્ય વિસ્તારવા માટે ઉત્તર તરફ ઝુંબેશ શરૂ કરી. યશવંત રાવે પેશવા બાજી રાવ II

ની નીતિઓ સામે બળવો કર્યો. મે 1802 માં, તેમણે પેશ્વાના ગાદી પુણે તરફ ફ્રચ કરી. આનાથી પૂનાના યુદ્ધને જન્મ મળ્યો જેમાં પેશ્વાનો પરાજય થયો. પૂનાના યુદ્ધ પછી, પેશવાની ઉડાનથી મરાઠા રાજ્યની સરકાર યશવંતરાવ હોલ્કરના હાથમાં આવી ગઈ.(કિનકેડ અને પારસાનીસા 1925, પૃષ્ઠ. 194) તેમણે અમૃતરાવને પેશવા તરીકે નિયુક્ત કર્યા અને 13 માર્ચ 1803ના રોજ ઈન્દોર ગયા. બરોડાના વડા ગાયકવાડ સિવાય, જેમણે 26 જુલાઈ 1802ના રોજ અલગ સંધિ દ્વારા બ્રિટિશ સંરક્ષણ સ્વીકાર્યું હતું, તેમણે નવા શાસનને ટેકો આપ્યો હતો. તેણે અંગ્રેજો સાથે સંધિ કરી. ઉપરાંત, યશવંત રાવે સિંધિયા અને પેશવા સાથેના વિવાદોને સફળતાપૂર્વક ઉકેલ્યા.

તેણે મરાઠા સંઘને એક કરવાનો પ્રયાસ કર્યો પરંતુ કોઈ ફાયદો થયો નહીં. 1802માં, અંગ્રેજોએ હરીફ દાવેદારો સામે સિંહાસનના વારસદારને ટેકો આપવા માટે બરોડામાં હસ્તક્ષેપ કર્યો અને તેઓએ બ્રિટિશ સર્વોપરીતાની સ્વીકૃતિના બદલામાં મરાઠા સામ્રાજ્યથી તેમની સ્વતંત્રતાને માન્યતા આપતા નવા મહારાજા સાથે સંધિ પર હસ્તાક્ષર કર્યા. બીજા એંગ્લો-મરાઠા યુદ્ધ (1803-1805) પહેલાં, પેશ્વા બાજી રાવ II એ સમાન સંધિ પર હસ્તાક્ષર કર્યા હતા. બીજા એંગ્લો-મરાઠા યુદ્ધ દરમિયાન 1803માં દિલ્હીના યુદ્ધમાં હારને પરિણામે મરાઠાઓ માટે દિલ્હી શહેર ગુમાવ્યું. બીજું એંગ્લો-મરાઠા યુદ્ધ મરાઠાઓના લશ્કરી ઉચ્ચ-પાણીના નિશાનનું પ્રતિનિધિત્વ કરે છે જેમણે બ્રિટિશ રાજની રચના સામે છેલ્લો ગંભીર વિરોધ કર્યો હતો. ભારત માટે વાસ્તવિક હરીફાઈ એ ઉપખંડ માટે ક્યારેય એક નિર્ણાયક યુદ્ધ નહોતું. તેના બદલે, તે દક્ષિણ એશિયાની લશ્કરી અર્થવ્યવસ્થાના નિયંત્રણ માટે એક જટિલ સામાજિક અને રાજકીય સંઘર્ષને ચાલુ કરે છે. 1803 માં જીતનો આધાર નાણા, મુત્સદ્દીગીરી, રાજનીતિ અને બુદ્ધિ પર હતો જેટલો તે યુદ્ધના દાવપેચ અને યુદ્ધમાં જ હતો.

- બીજા એંગ્લો-મરાઠા યુદ્ધ દરમિયાન અસયેનું યુદ્ધ

આખરે ત્રીજા એંગ્લો-મરાઠા યુદ્ધ (1817-1818)ના પરિણામે મરાઠાની સ્વતંત્રતા ગુમાવવી પડી. તેણે ભારતીય ઉપખંડના મોટા ભાગના નિયંત્રણમાં અંગ્રેજોને છોડી દીધા. પેશવાને અંગ્રેજોના પેન્શનર તરીકે બિથૂર (મરત, કાનપુર પાસે, ઉત્તર પ્રદેશ)માં દેશનિકાલ કરવામાં આવ્યો હતો. કોલ્હાપુર અને સતારા રાજ્યોને બાદ કરતાં પુણે સહિત દેશનું મરાઠા હૃદયસ્થાન સીધા બ્રિટિશ શાસન હેઠળ આવ્યું, જેમાં સ્થાનિક મરાઠા શાસકો (શિવાજી અને સંભાજી II

ના વંશજોએ કોલ્હાપુર પર શાસન કર્યું) જાળવી રાખ્યું. ગ્વાલિયર, ઇન્દોર અને નાગપુરના મરાઠા શાસિત રાજ્યોએ તમામ પ્રદેશ ગુમાવ્યા અને બ્રિટિશ રાજ સાથે રજવાડા તરીકે ગૌણ જોડાણ હેઠળ આવ્યા જેણે બ્રિટિશ સર્વોપરીતા હેઠળ આંતરિક સાર્વભૌમત્વ જાળવી રાખ્યું. મરાઠા નાઈટ્સના અન્ય નાના રજવાડાઓને પણ બ્રિટિશ રાજ હેઠળ જાળવી રાખવામાં આવ્યા હતા.

- **પેશવા બાજી રાવ II એ અંગ્રેજો સાથે બેસિનની**

સંધિ પર હસ્તાક્ષર કર્યા ત્રીજું એંગ્લો-મરાઠા યુદ્ધ મરાઠા લડવૈયાઓ દ્વારા સામાન્ય મોરચો બનાવવાને બદલે અલગથી લડવામાં આવ્યું હતું અને તેઓએ એક પછી એક આત્મસમર્પણ કર્યું હતું. મુત્સદીગીરી અને દબાણના ઉપયોગથી શિંદે અને પશ્તુન અમીર ખાનને વશ કરવામાં આવ્યા હતા, જેના પરિણામે 5 નવેમ્બર 1817ના રોજ ગ્વાલિયરની સંધિ થઈ હતી. અન્ય તમામ મરાઠા સરદારો જેમ કે હોલકર, ભોંસલે અને પેશ્વાએ 1818 સુધીમાં શસ્ત્રો છોડી દીધા હતા. બ્રિટિશ ઈતિહાસકાર પર્સીવલ સ્પિયર વર્ણવે છે. 1818 એ ભારતના ઈતિહાસમાં વોટરશેડ વર્ષ તરીકે કહેવાય છે કે તે વર્ષ સુધીમાં "ભારતમાં બ્રિટિશ આધિપત્ય ભારતનું બ્રિટિશ આધિપત્ય બની ગયું".

આ યુદ્ધે બ્રિટિશ ઈસ્ટ ઈન્ડિયા કંપનીના આશ્રય હેઠળ, સતલજ નદીની દક્ષિણે લગભગ સમગ્ર વર્તમાન ભારતનું નિયંત્રણ છોડી દીધું. વિખ્યાત નાસાક ડાયમંડને કંપની દ્વારા યુદ્ધની લૂંટના ભાગરૂપે લૂંટવામાં આવ્યો હતો. અંગ્રેજોએ મરાઠા સામ્રાજ્ય પાસેથી મોટા ભાગનો વિસ્તાર મેળવ્યો અને અસરમાં તેમના સૌથી ગતિશીલ વિરોધનો અંત લાવી દીધો. મેજર-જનરલ જ્હોન માલ્કમે પેશવાને ઓફર કરેલી શરણાગતિની શરતો ખૂબ ઉદાર હોવાને કારણે બ્રિટિશરો વચ્ચે વિવાદાસ્પદ હતી: પેશ્વાને કાનપુર નજીક વૈભવી જીવનની ઓફર કરવામાં આવી હતી અને લગભગ 80,000 પાઉન્ડનું પેન્શન આપવામાં આવ્યું હતું. 1760 માં, પેશ્વા સરકારની શાંતિ હતી. તેમના નાઈક જાવજી બેમ્બલ હેઠળ કોળીઓના ઉદય દ્વારા તૂટી પડ્યું. જાવજી સાથે ટેકરીઓ તરફ દોર્યા અને ગેંગ લૂંટની શ્રેણીબદ્ધ આયોજન કર્યું, જેનાથી સમગ્ર દેશમાં વ્યાપક આતંક અને દુઃખ ફેલાયું.

વીસ વર્ષ સુધી તેણે બહાદુરીપૂર્વક લડત ચલાવી, તેની સામે મોકલવામાં આવેલી પેશવાની સરકારના સેનાપતિઓને હરાવી અને મારી નાખ્યા. અંતે તેનો એટલો ઉગ્ર પીછો કરવામાં આવ્યો કે, નાસિક ખાતે પેશ્વાના ગવર્નર ધોંડો ગોપાલની સલાહથી, તેણે તેના તમામ કિલ્લાઓ તુકોજી હોલ્કરને સોંપી દીધા

અને હોલ્કરના પ્રભાવથી તેને માફ કરવામાં આવ્યો અને તેને સાઠ જિલ્લાના લશ્કરી અને પોલીસ હવાલે કરવામાં આવ્યો. જીવન અને મૃત્યુની સત્તાવાળા ગામી. 1798 માં, કોળીઓમાં એક નવી ખલેલ ઊભી થઈ. આ ફાટી નીકળવાના નેતા રામજી નાઈક ભાંગરિયા હતા, જેઓ તેમના પૂર્વ સેસરો કરતાં વધુ સક્ષમ અને વધુ હિંમતવાન માણસ હતા, અને તેમને પકડવાના સરકારી અધિકારીઓના તમામ પ્રયત્નોને નિષ્ફળ કરવામાં સફળ થયા હતા. બળ નિરાશાજનક લાગતું હોવાથી સરકારે રામજીને માફી આપી અને તેમને એક મહત્વપૂર્ણ પોલીસ ચોકી આપી.

1763 માં, પેશવા રઘુનાથરાવે આભા પુરંદરે કે જેઓ કોળી વિરોધી હતા સરનાઈક તરીકે નિમણૂક કરી હતી, જેના કારણે ચિવહે કોળીઓએ પેશ્વા વિરુદ્ધ બળવો કર્યો અને પુરંદર અને સિંહગઢ કિલ્લાઓ પર કબજો કર્યો કારણ કે કોળીઓને આભા પુરંદરે પસંદ ન હતા, તેથી આભાએ કોળીઓને આભા પુરંદરેમાંથી દૂર કર્યા. કિલ્લેબંધી અને નવા કિલેદારોને પોસ્ટ કર્યા, જેના કારણે 7 મે 1764ના રોજ કોળીઓએ હુમલો કરીને કિલ્લાઓ પર કબજો કર્યો. પાંચ દિવસ પછી, રુદ્રમાલ કિલ્લો પણ કબજે કરવામાં આવ્યો અને મરાઠા સામ્રાજ્યના વડા પ્રધાન પેશ્વા રઘુનાથરાવને પડકાર આપ્યો. થોડા દિવસો પછી પેશ્વા પુરંદર કિલ્લાની અંદર દેવતાની પૂજા કરવા કિલ્લા પર આવ્યા પરંતુ પેશ્વા કોળીઓના હાથે ઝડપાઈ ગયા.

કોળીઓએ પેશવાનો તમામ સામાન અને શસ્ત્રો લૂંટી લીધા અને તેમને બંદી બનાવી લીધા પરંતુ થોડા સમય પછી છોડી મૂકવામાં આવ્યા. આ પછી કોળીઓએ આસપાસના વિસ્તારમાંથી આવક વસૂલવાનું શરૂ કર્યું. આ પછી, કોળીઓના સરદાર કોંડાજી ચિવેએ પેશવાને એક પત્ર મોકલ્યો, જેમાં લખ્યું હતું કે 'હવે શું છે સાહેબ, શું હાલત છે, સરકાર કેવી છે, મજામાં રહો'. આ પત્ર વાંચ્યા પછી, પેશ્વાએ થોડું અપમાન અનુભવ્યું અને ગુસ્સામાં મરાઠા સૈન્યને હુમલો કરવાનો આદેશ આપ્યો પરંતુ સૈન્ય કંઈ કરી શક્યું નહીં કારણ કે કોળીઓ પોતે સુબેદાર હતા અને કિલ્લાઓને સારી રીતે મજબૂત બનાવ્યા હતા અને પેશવા નિષ્ફળતાનો સામનો કર્યો હતો.

અપમાનિત પેશ્વાએ ચિવે કુળના કોળીઓને બંદી બનાવી લેવાનું શરૂ કર્યું. પેશવાના પ્રદેશમાં રહેતા તમામ ચિવહે કોળીઓને બળવાખોર જાહેર કરવામાં આવ્યા અને બંદી બનાવવાનું શરૂ કર્યું. આ પછી ચિવહે કોળીઓએ માધવરાવને પત્ર મોકલીને સમગ્ર મામલો સમજાવ્યો, આ પછી કોળીઓએ માધવરાવને કિલ્લાઓ સોંપી દીધા અને ચિવહે કોળીઓને ફરીથી કિલ્લેબંધી સોંપવામાં આવી. વર્ષ 1776માં, ઓતુર ગામના શેલકંદે કોળીઓની મોટી સંખ્યામાં, તેમના

વારસાગત જમીનના હક્કોને કારણે અને પેશ્વાઓએ તેમને કરવાની ના પાડી હોવાથી પેશવા વિરુદ્ધ ઉભા થયા. કોલીઓએ શેલકંદે અને કોકાટે કોલીઓની ક્રાંતિકારી સેના એકઠી કરી અને આસપાસના ગામોને લૂંટવાનું શરૂ કર્યું અને વળતર મેળવવાની આશામાં અન્ય હિંસક પ્રવૃત્તિઓ કરી.

નાના ફડણવીસ કે જેઓ મરાઠા સામ્રાજ્યમાં મંત્રી હતા તેમણે ઘોષણા કરી કે તેઓ કોલીઓને ફરીથી માફ કરશે નહીં, કારણ કે તેઓ આવા તોફાની જાતિ હતા અને તેમનામાં કોઈ વિશ્વાસ મૂકી શકાય તેમ ન હતો. નાના ફડણવીસે ગુસાઈના વેશમાં આવેલા કેટલાક બ્રાહ્મણોને અલગ કર્યા, જેમણે કોલીઓના છુપાયેલા સ્થળની માહિતી મેળવી અને તેમને પકડવા માટે ફ્રચ કરનારી ટુકડી એટલી ભાગ્યશાળી હતી કે તેઓ બધા કેદીઓને જુન્નરમાં લઈ આવ્યા, જ્યાં પાંચ કોલીઓને ફાંસી આપવામાં આવી. નાના ફડણવીસના સાળા બળવંતરાવ તે સમયે જિલ્લાના સુબેદાર હતા, અને એવું કહેવામાં આવે છે કે આ કોલીઓને ફાંસી આપ્યા પછી બળવંતરાવ ખૂબ જ નાખુશ થઈ ગયા હતા. તેથી, તેણે જે સુખ માણ્યું હતું તે પુનઃસ્થાપિત કરવાની આશામાં, તેણે જુન્નરમાં નદીની નજીક એક મંદિર બનાવ્યું, જેમાં પૂજાના હેતુ તરીકે પુનાહ લિંગ અથવા ફાંસીની સજા પામેલા પાંચ કોલીઓનું પ્રતિનિધિત્વ કરતા પાંચ પથ્થરો મૂકવામાં આવ્યા હતા. મરાઠા સામ્રાજ્ય, તેની ટોચ પર, ભારતીય ઉપ-મહાદ્વીપના વિશાળ વિસ્તારને આવરી લેતું હતું. મરાઠા સામ્રાજ્ય તેની પરાકાષ્ઠાએ, ઉત્તરમાં અફઘાનિસ્તાનથી દક્ષિણમાં તંજાવુર, પશ્ચિમમાં સિંધથી પૂર્વમાં બંગાળ સુધી વિસ્તર્યું.

તે ઉત્તરમાં નેપાળ અને અફઘાનિસ્તાન સાથે સરહદે છે. વિવિધ પ્રદેશો કબજે કરવા ઉપરાંત, મરાઠાઓએ મોટી સંખ્યામાં ઉપનદીઓ જાળવી રાખી હતી જેઓ ચોથ તરીકે ઓળખાતા નિયમિત કરની ચોક્કસ રકમ ચૂકવવા માટે કરારો દ્વારા બંધાયેલા હતા. સામ્રાજ્યએ હૈદર અલી અને ટીપુ સુલતાન હેઠળ મૈસુરની સલ્તનત, અવધના નવાબ, હૈદરાબાદના નિઝામ, બંગાળના નવાબ, સિંધના નવાબ અને આકીટના નવાબ તેમજ દક્ષિણ ભારતના પોલીગર સામ્રાજ્યોને હરાવ્યા હતા.

તેઓએ દિલ્હી, અવધ, બંગાળ, બિહાર, ઓડિશા, પંજાબ, કુમાઉ, ગઢવાલ, હૈદરાબાદ, મૈસુર, ઉત્તર પ્રદેશ, સિંધ અને રાજપૂતાનામાં શાસકો પાસેથી ચોથ મેળવ્યો. તેઓએ છઠ્ઠી સદીમાં ગુપ્ત સામ્રાજ્યના પતન પછી ભારતમાં સૌથી મોટું હિન્દુ સામ્રાજ્ય બનાવ્યું. મહરત્તા દેશ, બે ભવ્ય ભાગો ધરાવે છે, પૂના અથવા પશ્ચિમ વિભાગ અને બેરાર અથવા પૂર્વીય વિભાગ, તે ઉત્તરમાં દિલ્હીથી દક્ષિણમાં કૃષ્ણા નદી સુધી અને પૂર્વમાં બંગાળના અખાતથી વિસ્તરેલો છે.

પશ્ચિમમાં અરેબિયાનો અખાત, પૂર્વથી પશ્ચિમમાં એક હજાર માઈલ અને ઉત્તરથી દક્ષિણ સુધી નવસો માઈલનો વિસ્તાર, સૌથી લાંબા ભાગોમાં લેવામાં આવે છે; પૂના પશ્ચિમ વિભાગની રાજધાની છે, અને પૂર્વીય નાગપુર: તે ઘણા રાજકુમારો દ્વારા સંચાલિત છે, જે પીશ્વાહ નામના વડા હેઠળ છે, જેની સત્તા જર્મન સમ્રાટ જેવી જ છે: આ રાજ્યો માત્ર સૌથી શક્તિશાળી નથી, પરંતુ ભારતના તમામ રાષ્ટ્રોમાં સૌથી લડાયક.

1752માં અવધના નવાબ સફદરજંગ દ્વારા મરાઠાઓને અફઘાની રોહિલાઓને હરાવવામાં મદદ કરવા વિનંતી કરવામાં આવી હતી. મરાઠા દળોએ પુણેથી નીકળીને 1752માં અફઘાન રોહિલાઓને હરાવીને સમગ્ર રોહિલખંડ (હાલનું ઉત્તરપશ્ચિમ ઉત્તર પ્રદેશ) કબજે કર્યું. 1752માં, મરાઠાઓએ મુઘલ સમ્રાટ સાથે તેના વજીર, સફદરજંગ અને મારફત કરાર કર્યો. મુઘલોએ મરાઠાઓને અજમેર અને આગ્રાની સુબધારી ઉપરાંત પંજાબ, સિંધ અને દોઆબનો ચોથ આપ્યો. 1758 માં, મરાઠાઓએ તેમના ઉત્તર-પશ્ચિમ વિજયની શરૂઆત કરી અને અફઘાનિસ્તાન સુધી તેમની સીમા વિસ્તારી. તેઓએ અહેમદ શાહ અબ્દાલીના અફઘાન દળોને હરાવ્યાં, જે હાલમાં પાકિસ્તાન છે, જેમાં પાકિસ્તાની પંજાબ પ્રાંત અને ખૈબર પખ્તુનખ્વાનો સમાવેશ થાય છે. અફઘાનોની સંખ્યા 25,000-30,000 આસપાસ હતી અને તેનું નેતૃત્વ અહમદ શાહ દુરાનીના પુત્ર તૈમૂર શાહે કર્યું હતું. મરાઠાઓએ હજારો અફઘાન સૈનિકોની નરસંહાર અને લૂંટ ચલાવી અને પંજાબ પ્રદેશમાં લાહોર, મુલતાન, ડેરા ગાઝી ખાન, એટોક, પેશાવર અને કાશ્મીર પર કબજો કર્યો. તેઓએ અફઘાનિસ્તાનમાં છૂટાછવાયા દરોડા પણ પાડ્યા હતા.

સંઘ યુગ દરમિયાન, મહાદજી શિંદેએ ઉત્તર ભારતના મોટા ભાગ પર મરાઠા વર્ચસ્વને પુનર્જીવિત કર્યું, જે કૈથલ, પટિયાલા, જીંદ, થાનેસર, માલેર કોટલા અને ફરિદકોટ જેવા સીઆઈએસ-સતલજ રાજ્યો (સતલજની દક્ષિણે) સહિત પાણીપતના ત્રીજા યુદ્ધ પછી હારી ગયું હતું. . દિલ્હી અને ઉત્તર પ્રદેશનો મોટા ભાગનો વિસ્તાર મરાઠા સામ્રાજ્યના સિંધિયાઓના આધિપત્ય હેઠળ હતો, પરંતુ 1803-1805ના બીજા એંગ્લો-મરાઠા યુદ્ધને પગલે, મરાઠાઓએ આ પ્રદેશો બ્રિટિશ ઈસ્ટ ઈન્ડિયા કંપનીને ગુમાવી દીધા. પાણીપતમાં હાર પછી પણ સામ્રાજ્ય ઉત્તરમાં પંજાબથી દક્ષિણમાં કર્ણાટક સુધી વિસ્તર્યું. પેશવા એ આધુનિક વડાપ્રધાનની સમકક્ષ હતી. શિવાજીએ મરાઠા સામ્રાજ્યના વિકાસ દરમિયાન વહીવટી ફરજોને વધુ અસરકારક રીતે સોંપવા માટે પેશવા હોદ્દો બનાવ્યો. 1749 પહેલા, પેશવાઓએ 8-9 વર્ષ સુધી પદ સંભાળ્યું અને મરાઠા સેનાને નિયંત્રિત કરી. બાદમાં તેઓ 1749 થી 1818 માં તેના અંત સુધી મરાઠા

સામ્રાજ્યના વાસ્તવિક વારસાગત વહીવટકર્તા બન્યા.

પેશવાઓના વહીવટ હેઠળ અને કેટલાક મુખ્ય સેનાપતિઓ અને રાજદ્વારીઓ (નીચે સૂચિબદ્ધ) ના સમર્થનથી, મરાઠા સામ્રાજ્ય તેના શિખરે પહોંચ્યું હતું, જે મોટાભાગના ભારતીય ઉપખંડ પર શાસન કરે છે. તે પેશવાઓના શાસન હેઠળ પણ હતું કે 1818 માં બ્રિટિશ ઇસ્ટ ઇન્ડિયા કંપની દ્વારા બ્રિટિશ સામ્રાજ્યમાં તેના ઔપચારિક જોડાણ દ્વારા મરાઠા સામ્રાજ્યનો અંત આવ્યો. મરાઠાઓએ વહીવટની બિનસાંપ્રદાયિક નીતિનો ઉપયોગ કર્યો અને ધર્મની સંપૂર્ણ સ્વતંત્રતાને મંજૂરી આપી. શિવાજી એક સક્ષમ પ્રશાસક હતા જેમણે સરકારની સ્થાપના કરી જેમાં કેબિનેટ, વિદેશ નીતિ અને આંતરિક બુદ્ધિમત્તા જેવી આધુનિક વિભાવનાઓનો સમાવેશ થતો હતો. તેમણે અસરકારક નાગરિક અને લશ્કરી વહીવટની સ્થાપના કરી. તેઓ માનતા હતા કે રાજ્ય અને નાગરિકો વચ્ચે ગાઢ સંબંધ છે. તેમને ન્યાયી અને કલ્યાણકારી રાજા તરીકે યાદ કરવામાં આવે છે. કોસ્મે દા ગાર્ડા તેમના વિશે કહે છે કે શિવાજીએ લોકો સાથે આવો સારો વ્યવહાર કર્યો હતો અને એવી પ્રામાણિકતા હતી કે જેનાથી તેમણે શરણાગતિ નિહાળી હતી કે પ્રેમ અને આત્મવિશ્વાસની લાગણી વિના કોઈ તેમની તરફ જોતું ન હતું.

તેના લોકો દ્વારા તે ખૂબ જ પ્રેમ કરતો હતો. પુરસ્કાર અને સજા બંને બાબતોમાં તે એટલો નિષ્પક્ષ હતો કે જ્યારે તે જીવતો હતો ત્યારે તેણે કોઈપણ વ્યક્તિ માટે કોઈ અપવાદ ન રાખ્યો; કોઈ લાયકાતને પુરસ્કાર વિના છોડવામાં આવી ન હતી, કોઈ ગુનો સજા વગર રહ્યો ન હતો; અને આ તેણે એટલી કાળજી અને ધ્યાનથી કર્યું કે તેણે તેના ગવર્નરોને તેના સૈનિકોના આચરણ વિશે લેખિતમાં જાણ કરવા માટે ખાસ તાકીદ કરી, ખાસ કરીને તે લોકોનો ઉલ્લેખ કરીને જેઓ પોતાને અલગ પાડે છે, અને તે તરત જ તેમની બઢતીનો આદેશ આપશે, કાં તો પદ અથવા પગારમાં, તેમની યોગ્યતા અનુસાર. તે સ્વાભાવિક રીતે જ બહાદુરી અને સારા આચરણના બધા માણસો દ્વારા પ્રિય હતો. મરાઠાઓએ સંખ્યાબંધ દરિયાઈ હુમલાઓ કર્યા, જેમ કે મુઘલ નૌકાદળના જહાજો અને યુરોપિયન વેપારી જહાજોની લૂંટ. યુરોપીયન વેપારીઓએ આ હુમલાઓને ચાંચિયાગીરી તરીકે વર્ણવ્યા હતા, પરંતુ મરાઠાઓ તેમને કાયદેસરના લક્ષ્યો તરીકે જોતા હતા કારણ કે તેઓ તેમના મુઘલ અને બીજાપુર દુશ્મનો સાથે વેપાર કરતા હતા અને આ રીતે આર્થિક રીતે ટેકો આપતા હતા. વિવિધ યુરોપીયન સત્તાઓના પ્રતિનિધિઓએ શિવાજી અથવા તેમના અનુગામીઓ સાથે કરારો કર્યા પછી, યુરોપિયનો સામે લૂંટ કે દરોડાનો ભય ઓછો થવા લાગ્યો.

- **બ્રિટિશ ઈસ્ટ ઈન્ડિયા કંપનીના**

જહાજ પર હુમલો કરતા મરાઠા ગુરબ જહાજો મરાઠા સૈન્ય, ખાસ કરીને તેની પાયદળની, ડ્યુક ઓફ વેલિંગ્ટનથી અહમદ શાહ અબ્દાલી સુધીના મરાઠા સામ્રાજ્યના લગભગ તમામ દુશ્મનોએ પ્રશંસા કરી હતી. પાણીપતના ત્રીજા યુદ્ધ પછી, અબ્દાલીએ રાહત અનુભવી કારણ કે પ્રારંભિક તબક્કામાં મરાઠા સેના લગભગ અફઘાન સૈન્ય અને તેમના ભારતીય સાથીઓ, અવધના નવાબ અને રોહિલ્લાઓનો નાશ કરવાની સ્થિતિમાં હતી. દુર્રાની સામ્રાજ્યના ભવ્ય વઝીર, સરદાર શાહ વલી ખાનને આઘાત લાગ્યો જ્યારે મરાઠા કમાન્ડર-ઇન-ચીફ સદાશિવરાવ ભાઉએ અફઘાન સેનાના કેન્દ્ર પર ભીષણ હુમલો કર્યો, મુખ્ય કમાન્ડર હાજી અતાઇ ખાનની સાથે 10,000 થી વધુ દુર્રાની સૈનિકો માર્યા ગયા.

અફઘાન સેનાનો અને વજીર શાહ વલી ખાનનો ભત્રીજો. હાથોહાથની લડાઈમાં મરાઠા પાયદળનો આટલો ભયંકર હુમલો હતો કે અફઘાન સૈન્ય ભાગવા માંડ્યું અને હતાશા અને ક્રોધમાં વઝીરે બૂમ પાડી, "સાથીઓ, તમે ક્યાં ઉડશો, આપણો દેશ દૂર છે". યુદ્ધ પછી, અહમદ શાહ અબ્દાલીએ એક ભારતીય શાસકને લખેલા પત્રમાં દાવો કર્યો હતો કે અફઘાન સર્વશક્તિમાનના આશીર્વાદને કારણે જ મરાઠાઓને હરાવી શક્યા હતા અને અન્ય કોઈપણ સૈન્યનો તે ચોક્કસ દિવસે મરાઠા સૈન્ય દ્વારા નાશ કરવામાં આવ્યો હોત, તેમ છતાં મરાઠા સેના. અફઘાન સૈન્ય અને તેના ભારતીય સાથીઓ કરતા સંખ્યાત્મક રીતે હલકી ગુણવત્તાવાળા હતા.

અબ્દાલી યુદ્ધ જીતી ગયો હોવા છતાં, તેની બાજુમાં ભારે જાનહાનિ પણ થઈ હતી. તેથી, તેણે મરાઠાઓ સાથે તાત્કાલિક શાંતિની માંગ કરી. અબ્દાલીએ 10 ફેબ્રુઆરી 1761ના રોજ પેશવાને લખેલા તેના પત્રમાં લખ્યું: આપણી વચ્ચે દુશ્મનાવટ રાખવાનું કોઈ કારણ નથી. તમારા પુત્ર વિશ્વાસરાવ અને તમારા ભાઈ સદાશિવરાવ યુદ્ધમાં મૃત્યુ પામ્યા - તે કમનસીબ હતું. ભાઉએ યુદ્ધ શરૂ કર્યું, તેથી મારે અનિચ્છાએ પાછા લડવું પડ્યું. છતાં તેમના મૃત્યુનું મને દુઃખ છે. મહેરબાની કરીને તમારું દિલ્હીનું વાલીપણું પહેલાની જેમ ચાલુ રાખો, મારો કોઈ વિરોધ નથી. સતલજ સુધી પંજાબને અમારી સાથે રહેવા દો. તમે પહેલાની જેમ શાહઆલમને દિલ્હીની ગાદી પર પુનઃસ્થાપિત કરો અને અમારી વચ્ચે શાંતિ અને મિત્રતા રહેવા દો, આ મારી પ્રખર ઇચ્છા છે. કૃપા કરીને મને તે ઇચ્છ આપો.

- **મરાઠાના શસ્ત્રો**

એ જ રીતે, ડ્યુક ઓફ વેલિંગ્ટન, મરાઠાઓને હરાવ્યા પછી, નોંધ્યું કે મરાઠાઓ, તેમના સેનાપતિઓનું નેતૃત્વ નબળું હોવા છતાં, નિયમિત પાયદળ અને તોપખાના હતા જે યુરોપિયનોના સ્તર સાથે મેળ ખાતા હતા અને અન્ય બ્રિટિશ અધિકારીઓને યુદ્ધના મેદાનમાં મરાઠાઓને ઓછો આંકવાથી ચેતવણી આપી હતી. તેમણે એક બ્રિટિશ જનરલને ચેતવણી આપી: "તમારે મરાઠા પાયદળને ક્યારેય માથા પર અથવા હાથથી હાથની લડાઇમાં હુમલો કરવાની મંજૂરી આપવી જોઈએ નહીં કારણ કે તમારી સેના સંપૂર્ણપણે શરમથી ઢંકાઈ જશે". વેલિંગ્ટનના પ્રથમ ડ્યુક આર્થર વેલેસ્લી જ્યારે બ્રિટનના વડા પ્રધાન બન્યા ત્યારે પણ તેમણે મરાઠા પાયદળને અત્યંત આદરપૂર્વક રાખ્યા હતા, અને દાવો કર્યો હતો કે તે વિશ્વની શ્રેષ્ઠમાંની એક છે.

જો કે, તે જ સમયે, તેમણે મરાઠા સેનાપતિઓના નબળા નેતૃત્વની નોંધ લીધી, જેઓ ઘણીવાર તેમની હાર માટે જવાબદાર હતા. ચાર્લ્સ મેટકાફે, ભારતમાં બ્રિટિશ અધિકારીઓમાંના એક સક્ષમ અને બાદમાં કાર્યકારી ગવર્નર-જનરલ, 1806 માં લખ્યું હતું. ભારતમાં બે કરતાં વધુ મહાન શક્તિઓ નથી, બ્રિટિશ અને મહારત્તા, અને દરેક અન્ય રાજ્ય એક અથવા બીજાના પ્રભાવને સ્વીકારે છે. દરેક ઇંચ જે આપણે પાછળ જઈશું તે તેમના દ્વારા કબજે કરવામાં આવશે. નોર્મન ગેશ કહે છે કે મરાઠા પાયદળ બ્રિટિશ પાયદળની બરાબર હતી. 1818માં ત્રીજા એંગ્લો-મરાઠા યુદ્ધ પછી, બ્રિટને મરાઠાઓને બ્રિટિશ ભારતીય સેનામાં સેવા આપવા માટે માર્શલ રેસમાંની એક તરીકે સૂચિબદ્ધ કર્યા.

19મી સદીના રાજદ્વારી સર જસ્ટિન શીલે બ્રિટિશ ઈસ્ટ ઇન્ડિયા કંપની દ્વારા ભારતીયોની સેના ઉભી કરવામાં ફ્રેન્ચ ભારતીય સૈન્યની નકલ કરવા વિશે ટિપ્પણી કરી હતી: તે ફ્રેન્ચની લશ્કરી પ્રતિભા છે કે આપણે ભારતીય સેનાની રચના માટે ઋણી છીએ. આપણા લડાયક પડોશીઓએ ભારતમાં મૂળ સૈનિકોને ડ્રિલિંગ કરવાની અને તેમને નિયમિત રીતે શિસ્તબદ્ધ દળોમાં રૂપાંતરિત કરવાની સિસ્ટમ દાખલ કરી. તેમના ઉદાહરણની અમારા દ્વારા નકલ કરવામાં આવી હતી, અને પરિણામ તે જ છે જે હવે આપણે જોઈએ છીએ. ફ્રેન્ચોએ પર્શિયામાં સમાન લશ્કરી અને વહીવટી વિદ્યાશાખાઓ લઈ ગયા, અને વર્તમાન પર્શિયન નિયમિત સૈન્યની ઉત્પત્તિની સ્થાપના કરી, જેમ કે તેની શૈલી છે. જ્યારે નેપોલિયન ધ ગ્રેટે ઈરાનને તેના આશ્રય હેઠળ લેવાનો સંકલ્પ કર્યો, ત્યારે તેણે 1808માં જનરલ ગાર્ડેનના મિશન સાથે ઉચ્ચ ગુપ્તચર અધિકારીઓને તે દેશમાં મોકલ્યા. તે સજ્જનોએ અઝરબૈજાન અને કર્માનશાહના પ્રાંતોમાં તેમની કામગીરી શરૂ કરી, અને તે નોંધપાત્ર રીતે કહેવાય છે. સફળતા

6

મુઘલ સામ્રાજ્ય

મુઘલ સામ્રાજ્ય એ પ્રારંભિક-આધુનિક સામ્રાજ્ય હતું જેણે 16મી અને 19મી સદી વચ્ચે દક્ષિણ એશિયાના મોટા ભાગનું નિયંત્રણ કર્યું હતું. લગભગ બેસો વર્ષ સુધી, સામ્રાજ્ય પશ્ચિમમાં સિંધુ નદીના તટપ્રદેશના બાહ્ય કિનારે, ઉત્તર પશ્ચિમમાં ઉત્તર અફઘાનિસ્તાન અને ઉત્તરમાં કાશ્મીર, પૂર્વમાં હાલના આસામ અને બાંગ્લાદેશના ઉચ્ચ પ્રદેશો સુધી વિસ્તરેલું હતું. દક્ષિણ ભારતમાં ડેક્કન ઉચ્ચપ્રદેશના ઉચ્ચપ્રદેશો. પરંપરાગત રીતે મુઘલ સામ્રાજ્યની સ્થાપના 1526 માં બાબર દ્વારા કરવામાં આવી હોવાનું કહેવાય છે, જે આજે ઉઝબેકિસ્તાન છે, જેણે દિલ્હીના સુલતાન, ઇબ્રાહિમ લોદીને પ્રથમ યુદ્ધમાં હરાવવા માટે પાડોશી સફાવિદ અને ઓટ્ટોમન સામ્રાજ્યો પાસેથી મદદ લીધી હતી. પાણીપત, અને ઉત્તર ભારતના મેદાનોને સાફ કરવા. મુઘલ સામ્રાજ્યનું માળખું, જોકે, કેટલીકવાર બાબરના પૌત્ર, અકબરના શાસન માટે 1600 સુધીનું છે. આ શાહી માળખું 1720 સુધી ચાલ્યું, જ્યાં સુધી છેલ્લા મુખ્ય સમ્રાટ, ઔરંગઝેબના મૃત્યુના થોડા સમય પછી, જેના શાસનકાળ દરમિયાન સામ્રાજ્યએ તેની મહત્તમ ભૌગોલિક હદ પણ હાંસલ કરી.

ત્યારબાદ 1760 સુધીમાં જૂની દિલ્હી અને તેની આસપાસના પ્રદેશમાં ઘટાડો થયો, 1857ના ભારતીય બળવા પછી બ્રિટિશ રાજ દ્વારા સામ્રાજ્યનું ઔપચારિક રીતે વિસર્જન કરવામાં આવ્યું. જો કે મુઘલ સામ્રાજ્ય લશ્કરી યુદ્ધ દ્વારા બનાવવામાં આવ્યું હતું અને ટકાવી રાખવામાં આવ્યું હતું, તે સંસ્કૃતિઓ અને લોકોનું જોરશોરથી શાસન કરતું નથી; તેના બદલે તે નવી વહીવટી પ્રથાઓ અને વૈવિધ્યસભર શાસક વર્ગ દ્વારા તેમને સમાન અને શાંત કર્યા, જે વધુ કાર્યક્ષમ, કેન્દ્રીયકૃત અને પ્રમાણિત શાસન તરફ દોરી જાય છે. સામ્રાજ્યની સામૂહિક સંપત્તિનો આધાર કૃષિ કર હતો, જે ત્રીજા મુઘલ સમ્રાટ અકબર દ્વારા

સ્થાપિત કરવામાં આવ્યો હતો.

આ કર, જે ખેડૂત ખેડૂતના ઉત્પાદનના અડધાથી વધુ રકમના હતા, તે સારી રીતે નિયંત્રિત ચાંદીના ચલણમાં ચૂકવવામાં આવતા હતા, અને ખેડૂતો અને કારીગરો મોટા બજારોમાં પ્રવેશવા માટે કારણભૂત હતા. 17મી સદીના મોટા ભાગ દરમિયાન સામ્રાજ્ય દ્વારા જાળવવામાં આવેલી સાપેક્ષ શાંતિ એ ભારતના આર્થિક વિસ્તરણમાં એક પરિબળ હતું. હિંદ મહાસાગરમાં વધતી જતી યુરોપીયન હાજરી અને ભારતીય કાચા અને તૈયાર ઉત્પાદનોની તેની વધતી જતી માંગએ મુઘલ દરબારોમાં હજુ પણ વધુ સંપત્તિનું સર્જન કર્યું. મુઘલ યુનંદા લોકોમાં વધુ સ્પષ્ટ વપરાશ હતો, જેના પરિણામે પેઇન્ટિંગ, સાહિત્યિક સ્વરૂપો, કાપડ, વગેરેને વધુ સમર્થન મળ્યું. અને આર્કિટેક્ચર, ખાસ કરીને શાહજહાંના શાસન દરમિયાન. દક્ષિણ એશિયામાં મુઘલ યુનેસ્કોની વર્લ્ડ હેરિટેજ સાઇટ્સમાં છે: આગ્રાનો કિલ્લો, ફતેહપુર સિકરી, લાલ કિલ્લો, હુમાયુનો મકબરો, લાહોરનો કિલ્લો, શાલામાર ગાર્ડન્સ અને તાજમહેલ, જેને "ભારતમાં મુસ્લિમ કલાના રત્ન" તરીકે વર્ણવવામાં આવે છે, અને તેમાંથી એક વિશ્વના વારસાની સાર્વત્રિક રીતે પ્રશંસનીય શ્રેષ્ઠ કૃતિઓ."

સમકાલીન લોકો બાબર દ્વારા સ્થાપવામાં આવેલા સામ્રાજ્યને તૈમુરીડ સામ્રાજ્ય તરીકે ઓળખાવતા હતા, જે તેમના વંશના વારસાને પ્રતિબિંબિત કરે છે, અને આ શબ્દ મુઘલોએ પોતે પસંદ કર્યો હતો. તેમના પોતાના વંશ માટે મુઘલ હોદ્દો ગુરકાની હતો (રોમનાઇઝ્ડ: ગુરકાનિયાં, લિટ. પુત્રો -સસરા'). "મોગલ" અને "મોગલ" નો ઉપયોગ "મૉંગોલ" ના અરબી અને ફારસી અપભ્રંશમાંથી ઉતરી આવ્યો છે અને તે તૈમુરીડ વંશના મૉંગોલ મૂળ પર ભાર મૂકે છે. આ શબ્દ 19મી સદી દરમિયાન ચલણ મેળવ્યો, પરંતુ ઈન્ડોલોજિસ્ટ્સ દ્વારા વિવાદિત રહે છે. "મોગલ" અને "મોગલ" સહિત સામ્રાજ્યનો સંદર્ભ આપવા માટે સમાન લિવ્યંતરણોનો ઉપયોગ કરવામાં આવ્યો હતો. તેમ છતાં, બાબરના પૂર્વજો શાસ્ત્રીય મૉંગોલથી ખૂબ જ અલગ હતા કારણ કે તેઓ તુકી-મૉંગોલ સંસ્કૃતિને બદલે પર્શિયન તરફ લક્ષી હતા.

મુઘલોએ પોતે મૉંગોલ સામ્રાજ્યના સ્થાપક ચંગીઝ ખાનના અંતિમ વંશનો દાવો કર્યો હતો. સામ્રાજ્યનું બીજું નામ હિંદુસ્તાન હતું, જેનું આઈન-એ-અકબરીમાં દસ્તાવેજીકરણ કરવામાં આવ્યું હતું, અને જેને સામ્રાજ્યના સત્તાવાર નામની સૌથી નજીક તરીકે વર્ણવવામાં આવ્યું છે. પશ્ચિમમાં, "મુગલ" શબ્દનો ઉપયોગ સમ્રાટ માટે થતો હતો, અને વિસ્તરણ દ્વારા, સમગ્ર સામ્રાજ્ય. મુઘલ સામ્રાજ્યની સ્થાપના બાબર (શાસન 1526-1530), મધ્ય એશિયાના શાસક દ્વારા કરવામાં આવી હતી, જે તેના પિતાની બાજુએ તુકી-મૉંગોલ વિજેતા તૈમુર

(તૈમુરીડ સામ્રાજ્યના સ્થાપક) અને તેની માતાની બાજુમાં ચંગીઝ ખાનના વંશજ હતા. મધ્ય એશિયામાં તેમના પૂર્વજોના ક્ષેત્રોમાંથી હાંકી કાઢવામાં આવેલા બાબરે તેમની મહત્ત્વાકાંક્ષાઓને સંતોષવા માટે ભારત તરફ વળ્યા.

તેણે પોતાની જાતને કાબુલમાં સ્થાપિત કરી અને પછી ખૈબર પાસ દ્વારા અફઘાનિસ્તાનથી ભારતમાં સતત દક્ષિણ તરફ ધકેલ્યો. બાબરના દળોએ પાણીપતના પ્રથમ યુદ્ધમાં ઇબ્રાહિમ લોદીને હરાવ્યો હતો. યુદ્ધ પહેલાં, બાબરે દારૂ છોડીને, વાઇનના વાસણો તોડીને અને ફ્વામાં વાઇન રેડીને દૈવી કૃપા માંગી. જો કે, આ સમય સુધીમાં લોદીનું સામ્રાજ્ય પહેલેથી જ ભાંગી રહ્યું હતું, અને તે વાસ્તવમાં રાજપૂત સંઘ હતી જે મેવાડના રાણા સાંગાના સક્ષમ શાસન હેઠળ ઉત્તર ભારતની સૌથી મજબૂત શક્તિ હતી. તેણે બયાનના યુદ્ધમાં બાબરને હરાવ્યો. જો કે, ખાનવાના નિર્ણાયક યુદ્ધમાં જે આગ્રા નજીક લડવામાં આવ્યું હતું, બાબરના તૈમુરીદ દળોએ સાંગાના રાજપૂત સૈન્યને હરાવ્યું હતું. આ લડાઈ ભારતીય ઇતિહાસની સૌથી નિર્ણાયક અને ઐતિહાસિક લડાઈઓમાંની એક હતી, કારણ કે તેણે આગામી બે સદીઓ સુધી ઉત્તર ભારતના ભાગ્યને સીલ કરી દીધું હતું.

યુદ્ધ પછી, મુઘલ સત્તાનું કેન્દ્ર કાબુલને બદલે આગ્રા બન્યું. જો કે, યુદ્ધો અને લશ્કરી ઝુંબેશની વ્યસ્તતાએ નવા સમ્રાટને ભારતમાં જે લાભો મેળવ્યા હતા તેને એકીકૃત કરવાની મંજૂરી આપી ન હતી. સામ્રાજ્યની અસ્થિરતા તેના પુત્ર, હુમાયુ (શાસન 1530-1556) હેઠળ સ્પષ્ટ થઈ હતી, જેને બળવાખોરી દ્વારા પર્શિયામાં દેશનિકાલ કરવાની ફરજ પાડવામાં આવી હતી. સુર સામ્રાજ્ય (1540-1555), શેર શાહ સૂરી (1540-1545 શાસન) દ્વારા સ્થાપિત, મુઘલ શાસનમાં થોડા સમય માટે વિક્ષેપ પાડ્યો. પર્શિયામાં હુમાયુના દેશનિકાલે સફાવિડ અને મુઘલ અદાલતો વચ્ચે રાજદ્વારી સંબંધો સ્થાપિત કર્યા અને પાછળથી પુનઃસ્થાપિત મુઘલ સામ્રાજ્યમાં પર્સિયન સાંસ્કૃતિક પ્રભાવમાં વધારો થયો. 1555માં પર્શિયામાંથી હુમાયુના વિજયી પાછા ફરવાથી ભારતના કેટલાક ભાગોમાં મુઘલ શાસન પુનઃસ્થાપિત થયું, પરંતુ તે એક અકસ્માતમાં મૃત્યુ પામ્યો. આગામી વર્ષ.

• **અકબર, જહાંગીર, શાહજહાં અને ઔરંગઝેબ**

અકબર (શાસન 1556-1605)નો જન્મ રાજપૂત ઉમરકોટ કિલ્લામાં હુમાયુ અને તેની પત્ની હમીદા બાનુ બેગમને ત્યાં થયો હતો, જે એક પર્શિયન રાજકુમારી હતી. અકબર એક કારભારી, બૈરામ ખાન હેઠળ ગાદી પર આવ્યો,

જેણે ભારતમાં મુઘલ સામ્રાજ્યને મજબૂત કરવામાં મદદ કરી. યુદ્ધ અને મુત્સદીગીરી દ્વારા, અકબર સામ્રાજ્યને તમામ દિશામાં વિસ્તારવામાં સક્ષમ હતા અને ગોદાવરી નદીની ઉત્તરે લગભગ સમગ્ર ભારતીય ઉપખંડને નિયંત્રિત કરી શક્યા હતા. તેમણે તેમના પ્રત્યે વફાદાર નવા શાસક વર્ગની રચના કરી, આધુનિક વહીવટ અમલમાં મૂક્યો અને સાંસ્કૃતિક વિકાસને પ્રોત્સાહન આપ્યું. તેણે યુરોપિયન ટ્રેડિંગ કંપનીઓ સાથે વેપાર વધાર્યો. ભારતે એક મજબૂત અને સ્થિર અર્થવ્યવસ્થા વિકસાવી છે, જે વ્યાપારી વિસ્તરણ અને આર્થિક વિકાસ તરફ દોરી જાય છે. અકબરે તેના દરબારમાં ધર્મની સ્વતંત્રતાની મંજૂરી આપી, અને શાસક સંપ્રદાયની મજબૂત લાક્ષણિકતાઓ સાથે નવા ધર્મ, દિન-એ-ઇલાહીની સ્થાપના કરીને તેના સામ્રાજ્યમાં સામાજિક-રાજકીય અને સાંસ્કૃતિક તફાવતોને ઉકેલવાનો પ્રયાસ કર્યો.

તેમણે તેમના પુત્રને આંતરિક રીતે સ્થિર રાજ્ય છોડી દીધું, જે તેના સુવર્ણ યુગની મધ્યમાં હતું, પરંતુ રાજકીય નબળાઈના લાંબા ચિહ્નો બહાર આવશે તે પહેલાં. જહાંગીર (જન્મ સલીમ, શાસન 1605-1627)નો જન્મ અકબર અને તેની પત્ની મરિયમ-ઉઝ-ઝમાની, એક ભારતીય રાજપૂત રાજકુમારી માટે થયો હતો. સલીમનું નામ ભારતીય સૂફી સંત, સલીમ ચિશ્તીના નામ પરથી રાખવામાં આવ્યું હતું અને ચિશ્તીની પુત્રી દ્વારા તેનો ઉછેર થયો હતો. તે "અફીણનો વ્યસની હતો, રાજ્યની બાબતોની અવગણના કરતો હતો અને હરીફ કોર્ટના જૂથોના પ્રભાવ હેઠળ આવ્યો હતો". જહાંગીરે ઇસ્લામિક ધાર્મિક સંસ્થાનોનો ટેકો મેળવવા માટે નોંધપાત્ર પ્રયત્નો કરીને પોતાને અકબરથી અલગ પાડ્યા. તેણે આ કરવાની એક રીત એ હતી કે અકબરની સરખામણીમાં ઘણી વધારે મદ-એ-માશ આપીને. અકબરથી વિપરીત, જહાંગીર બિન-મુસ્લિમ ધાર્મિક નેતાઓ સાથે સંઘર્ષમાં આવ્યો, ખાસ કરીને શીખ ગુરુ અર્જન, જેમની ફાંસીની સજા મુઘલ સામ્રાજ્ય અને શીખ સમુદાય વચ્ચેના ઘણા સંઘર્ષોમાં પ્રથમ હતી. મુઘલ શાસકોનું જૂથ ચિત્ર, બાબરથી ઔરંગઝેબ સુધી, જેમાં મુઘલ પૂર્વજ તૈમુર મધ્યમાં બેઠો હતો. ડાબી બાજુ: શાહજહાં, અકબર અને બાબર, સમરકંદના અબુ સઈદ અને તૈમુરના પુત્ર મીરાન શાહ સાથે. જમણી બાજુએ: ઔરંગઝેબ, જહાંગીર અને હુમાયુ અને તૈમુરના અન્ય બે સંતાનો ઉમર શેખ અને મુહમ્મદ સુલતાન. બનાવેલ સી. 1707-12

શાહજહાં (શાસન 1628-1658)નો જન્મ જહાંગીર અને તેની પત્ની જગત ગોસાઈને થયો હતો, જે એક રાજપૂત રાજકુમારી હતી. તેમના શાસને મુઘલ સ્થાપત્યના સુવર્ણ યુગની શરૂઆત કરી. શાહજહાંના શાસનકાળ દરમિયાન, મુઘલ દરબારનો વૈભવ તેની ચરમસીમાએ પહોંચ્યો હતો, જેનું ઉદાહરણ

તાજમહેલ દ્વારા આપવામાં આવ્યું છે. દરબારની જાળવણીનો ખર્ચ, જો કે, આવક કરતાં વધુ થવા લાગ્યો. તેના શાસનકાળને "સુવર્ણ યુગ" કહેવામાં આવતું હતું.

મુઘલ આર્કિટેક્ચર" શાહજહાંએ નિઝામ શાહી વંશનો અંત કરીને મુઘલ સામ્રાજ્યને ડેક્કન સુધી લંબાવ્યું, અને આદિલ શાહીઓ અને કુતુબ શાહીઓને શ્રદ્ધાંજલિ આપવા દબાણ કર્યું. શાહજહાંનો સૌથી મોટો પુત્ર, ઉદારવાદી દારા શિકોહ, તેના પિતાની માંદગીના પરિણામે, 1658 માં કારભારી બન્યો. દારાએ તેમના પરદાદા અકબરનું અનુકરણ કરીને એક સમન્વયવાદી હિંદુ-મુસ્લિમ સંસ્કૃતિને પ્રેરિત કરી હતી. જો કે, ઇસ્લામિક રૂઢિયુસ્તતાના સમર્થનથી, શાહજહાંના નાના પુત્ર, ઔરંગઝેબે (ર. 1658-1707) સિંહાસન કબજે કર્યું. ઔરંગઝેબે 1659માં દારાને હરાવ્યો અને તેને ફાંસી આપી. શાહજહાં તેની માંદગીમાંથી સંપૂર્ણ સ્વસ્થ થયા હોવા છતાં, ઔરંગઝેબે શાહજહાંને 1666માં તેના મૃત્યુ સુધી કેદમાં રાખ્યા હતા. ઔરંગઝેબે મુઘલ રાજ્યના ઇસ્લામિકીકરણમાં વધારો જોયો હતો.

તેમણે ઇસ્લામમાં ધર્મ પરિવર્તન માટે પ્રોત્સાહિત કર્યા, બિન-મુસ્લિમો પર જિઝિયા પુનઃસ્થાપિત કર્યો અને ઇસ્લામિક કાયદાના સંગ્રહ ફતવા 'આલમગીરી'નું સંકલન કર્યું. ઔરંગઝેબે શીખ ગુરુ તેગ બહાદુરને ફાંસી આપવાનો આદેશ પણ આપ્યો હતો, જે શીખ સમુદાયના લશ્કરીકરણ તરફ દોરી ગયો હતો. શાહી પરિપ્રેક્ષ્યમાં, ઇસ્લામમાં રૂપાંતરથી સ્થાનિક યુનંદા વર્ગને રાજાની વહેંચાયેલ ઓળખના નેટવર્કની દ્રષ્ટિમાં એકીકૃત કરવામાં આવ્યું હતું જે સમગ્ર સામ્રાજ્યમાં અલગ-અલગ જૂથોમાં જોડાશે. મુઘલ બાદશાહની આજ્ઞાપાલન. તેમણે લગભગ સમગ્ર દક્ષિણ એશિયાનો સમાવેશ કરવા માટે સામ્રાજ્યનો વિસ્તાર કર્યો પરંતુ 1707માં તેમના મૃત્યુ સમયે, "સામ્રાજ્યના ઘણા ભાગો ખુલ્લા બળવોમાં હતા". ઔરંગઝેબને ભારતના સૌથી વિવાદાસ્પદ રાજા ગણવામાં આવે છે, કેટલાક ઇતિહાસકારો દલીલ કરે છે કે તેમની ધાર્મિક રૂઢિયુસ્તતા અને અસહિષ્ણુતાએ મુઘલ સમાજની સ્થિરતાને નબળી પાડી છે, જ્યારે અન્ય ઈતિહાસકારો આ અંગે પ્રશ્ન ઉઠાવે છે, નોંધ્યું છે કે તેણે હિંદુ મંદિરો બાંધ્યા હતા, તેના શાહી અમલદારશાહીમાં તેના પુરોગામી કરતા નોંધપાત્ર રીતે વધુ હિંદુઓને રોજગારી આપી હતી. હિંદુઓ અને શિયા મુસ્લિમો સામેની કટ્ટરતાનો વિરોધ કર્યો.

- ઔરંગઝેબનો પુત્ર, બહાદુર શાહ I

ઔરંગઝેબના પુત્ર, બહાદુર શાહ I એ તેના પિતાની ધાર્મિક નીતિઓને રદ કરી અને વહીવટમાં સુધારો કરવાનો પ્રયાસ કર્યો. "જો કે, 1712 માં તેમના મૃત્યુ પછી, મુઘલ વંશ અરાજકતા અને હિંસક ઝઘડાઓમાં ડૂબી ગયો. એકલા 1719 માં, ચાર સમ્રાટો ક્રમશઃ સિંહાસન પર બેઠા", ભારતીય મુસ્લિમ સૈયદ રાજા-નિર્માતાઓના શાસન હેઠળના આકૃતિ તરીકે. મુહમ્મદ શાહના શાસનકાળ દરમિયાન (રાજ્યકાળ 1719-1748), સામ્રાજ્ય તૂટી પડવાનું શરૂ થયું, અને મધ્ય ભારતનો વિશાળ વિસ્તાર મુઘલથી મરાઠાના હાથમાં ગયો. જેમ જેમ મુઘલોએ ડેક્કનમાં નિઝામની સ્વતંત્રતાને દબાવવાનો પ્રયાસ કર્યો, તેમણે મરાઠાઓને મધ્ય અને ઉત્તર ભારત પર આક્રમણ કરવા પ્રોત્સાહિત કર્યા.

પશ્ચિમ એશિયા, કાકેશસ અને મધ્ય એશિયાના મોટા ભાગના પ્રદેશો પર અગાઉ ઈરાની આધિપત્ય પુનઃસ્થાપિત કરનાર નાદર શાહનું દૂર-દૂરનું ભારતીય અભિયાન, દિલ્હીના સૈક સાથે પરાકાષ્ઠાએ પહોંચ્યું અને મુઘલ સત્તા અને પ્રતિષ્ઠાના અવશેષોને તોડી પાડ્યા. સામ્રાજ્યના ઘણા ચુનંદા લોકોએ હવે તેમની પોતાની બાબતોને નિયંત્રિત કરવાનો પ્રયાસ કર્યો, અને સ્વતંત્ર સામ્રાજ્યો બનાવવા માટે અલગ થઈ ગયા. પરંતુ, સુગાતા બોઝ અને આયેશા જલાલના મતે, મુઘલ સમ્રાટ સાર્વભૌમત્વનું સર્વોચ્ચ અભિવ્યક્તિ બની રહ્યા. માત્ર મુસ્લિમ સજ્જન જ નહીં, પરંતુ મરાઠા, હિંદુ અને શીખ નેતાઓએ ભારતના સાર્વભૌમ તરીકે સમ્રાટની ઔપચારિક સ્વીકૃતિમાં ભાગ લીધો હતો. તે દરમિયાન, વધુને વધુ વિભાજિત થતા મુઘલ સામ્રાજ્યની અંદરની કેટલીક પ્રાદેશિક રાજનીતિઓએ વૈશ્વિક સંઘર્ષમાં પોતાને અને રાજ્યને સામેલ કર્યા, કર્ણાટિક યુદ્ધો અને બંગાળ યુદ્ધ દરમિયાન ફક્ત હાર અને પ્રદેશ ગુમાવવા તરફ દોરી જાય છે.

- **1751 માં સામ્રાજ્યના અવશેષો**

મુઘલ સમ્રાટ શાહ આલમ II (1759-1806) એ મુઘલ પતનને પલટાવવાના નિરર્થક પ્રયાસો કર્યા પરંતુ આખરે અફઘાનિસ્તાનના અમીર અહેમદ શાહ અબ્દાલીનું રક્ષણ મેળવવું પડ્યું, જેના કારણે મરાઠા સામ્રાજ્ય અને વચ્ચે પાણીપતનું ત્રીજું યુદ્ધ થયું. 1761માં અફઘાનો (અબ્દાલીની આગેવાની હેઠળ) ત્યારબાદ, બ્રિટિશ ઈસ્ટ ઈન્ડિયા કંપની દિલ્હીમાં મુઘલ વંશની રક્ષક બની. બ્રિટિશ ઈસ્ટ ઈન્ડિયા કંપનીએ 1793માં બંગાળ-બિહારના ભૂતપૂર્વ મુઘલ પ્રાંત પર નિયંત્રણ મેળવ્યું હતું, જ્યારે તેણે સ્થાનિક શાસન (નિઝામત) નાબૂદ કર્યું હતું જે 1858 સુધી ચાલ્યું હતું, જે ભારતીય ઉપખંડમાં બ્રિટિશ વસાહતી

યુગની શરૂઆતને ચિહ્નિત કરે છે.

1857 સુધીમાં ભૂતપૂર્વ મુઘલ ભારતનો નોંધપાત્ર ભાગ ઈસ્ટ ઇન્ડિયા કંપનીના નિયંત્રણ હેઠળ હતો. 1857-1858 ના યુદ્ધમાં કારમી હાર બાદ, જેનું તેમણે નામદાર નેતૃત્વ કર્યું હતું, છેલ્લા મુઘલ, બહાદુર શાહ ઝફરને બ્રિટિશ ઈસ્ટ ઇન્ડિયા કંપની દ્વારા પદભ્રષ્ટ કરવામાં આવ્યો હતો અને 1858માં દેશનિકાલ કરવામાં આવ્યો હતો. ભારત સરકારના અધિનિયમ 1858 દ્વારા બ્રિટિશ ક્રાઉનએ સીધું નિયંત્રણ મેળવ્યું હતું. નવા બ્રિટિશ રાજના રૂપમાં ભારતમાં ઈસ્ટ ઇન્ડિયા કંપની હસ્તકના પ્રદેશો. 1876માં બ્રિટિશ રાણી વિક્ટોરિયાએ ભારતની મહારાણીનું બિરુદ ધારણ કર્યું. એક સદીની વૃદ્ધિ અને સમૃદ્ધિ પછી, 1707 અને 1720 ની વચ્ચે મુઘલ સામ્રાજ્યના ઝડપી પતન માટે ઇતિહાસકારોએ અસંખ્ય સ્પષ્ટતાઓ પ્રદાન કરી છે.

નાણાકીય દ્રષ્ટિએ, સિંહાસનને તેના મુખ્ય અધિકારીઓ, અમીરો (ઉમરાવો) અને તેમના કર્મચારીઓને ચૂકવણી કરવા માટે જરૂરી આવક ગુમાવી દીધી હતી. સમ્રાટે સત્તા ગુમાવી દીધી, કારણ કે વ્યાપકપણે વિખેરાયેલા શાહી અધિકારીઓએ કેન્દ્રીય સત્તાધિશોમાં વિશ્વાસ ગુમાવ્યો, અને પ્રભાવશાળી સ્થાનિક માણસો સાથે તેમના પોતાના સોદા કર્યા. શાહી સૈન્ય, વધુ આક્રમક મરાઠાઓ સામે લાંબા, નિરર્થક યુદ્ધોમાં ફસાઈ ગયું, તેણે તેની લડાઈની ભાવના ગુમાવી. છેવટે સિંહાસન પર નિયંત્રણ માટે હિંસક રાજકીય ઝઘડાઓની શ્રેણી આવી. 1719 માં સમ્રાટ ફારુખસિયરના ફાંસી પછી, સ્થાનિક મુઘલ અનુગામી રાજ્યોએ પ્રદેશો પછી પ્રદેશમાં સત્તા સંભાળી. સમકાલીન ઇતિહાસકારોએ તેઓના સાક્ષી બનેલા ક્ષયનો શોક વ્યક્ત કર્યો, એક થીમ પ્રથમ બ્રિટિશ ઇતિહાસકારો દ્વારા લેવામાં આવી હતી જેઓ બ્રિટિશ આગેવાની હેઠળના કાયાકલ્પની જરૂરિયાત પર ભાર મૂકવા માંગતા હતા.

- **1970**

1970 ના દાયકાથી ઇતિહાસકારોએ ઘટાડા માટે બહુવિધ અભિગમો અપનાવ્યા છે, જેમાં પરિબળ પ્રભાવશાળી હતું તેના પર ઓછી સર્વસંમતિ સાથે. મનોવૈજ્ઞાનિક અર્થઘટન ઉચ્ચ સ્થાનો, અતિશય વૈભવી, અને વધુને વધુ સંકુચિત દૃશ્યો પર ભાર મૂકે છે જેણે શાસકોને બાહ્ય પડકાર માટે તૈયાર કર્યા વિના છોડી દીધા હતા. માર્ક્સવાદી શાળા (ઇરફાન હબીબની આગેવાની હેઠળ અને અલીગઢ મુસ્લિમ યુનિવર્સિટીમાં સ્થિત) ધનિકો દ્વારા ખેડૂત વર્ગના અતિશય શોષણ પર ભાર મૂકે છે, જેણે શાસનને ટેકો આપવા માટેની ઇચ્છા અને

સાધનને છીનવી લીધું હતું.

કેરેન લિયોનાર્ડે હિંદુ બેંકરો સાથે કામ કરવામાં શાસનની નિષ્ફળતા પર ધ્યાન કેન્દ્રિત કર્યું છે, જેમની નાણાકીય સહાયની વધુને વધુ જરૂર હતી; બેંકરોએ પછી મરાઠા અને અંગ્રેજોને મદદ કરી. ધાર્મિક અર્થઘટનમાં, કેટલાક વિદ્વાનો દલીલ કરે છે કે હિંદુ સત્તાઓએ મુસ્લિમ વંશના શાસન સામે બળવો કર્યો હતો. અંતે, અન્ય વિદ્વાનો દલીલ કરે છે કે સામ્રાજ્યની ખૂબ જ સમૃદ્ધિએ પ્રાંતોને ઉચ્ચ સ્તરની સ્વતંત્રતા હાંસલ કરવા પ્રેરણા આપી, આમ શાહી દરબાર નબળો પડ્યો. જેફરી જિ. વિલિયમસને એવી દલીલ કરી હતી કે 18મી સદીના ઉત્તરાર્ધમાં ભારતીય અર્થવ્યવસ્થા મુઘલ સામ્રાજ્યના પતનના પરોક્ષ પરિણામ તરીકે બિનઔદ્યોગિકીકરણમાંથી પસાર થઈ હતી, બ્રિટિશ શાસન પાછળથી વધુ અઔદ્યોગિકીકરણનું કારણ બન્યું હતું. વિલિયમસનના જણાવ્યા મુજબ, મુઘલ સામ્રાજ્યના પતનથી કૃષિ ઉત્પાદકતામાં ઘટાડો થયો, જેના કારણે ખાદ્યપદાર્થોના ભાવ, પછી નજીવા વેતન અને પછી કાપડના ભાવમાં વધારો થયો, જેના કારણે ભારતે વિશ્વ કાપડ બજારનો હિસ્સો બ્રિટનને ગુમાવવો પડ્યો. શ્રેષ્ઠ ફેક્ટરી ટેકનોલોજિ હતી. ભારતીય કાપડ, તેમ છતાં, 19મી સદી સુધી બ્રિટિશ કાપડ પર સ્પર્ધાત્મક લાભ જાળવી રાખ્યો હતો.

• **મુઘલ સામ્રાજ્યની સરકાર**

મુઘલ સામ્રાજ્યમાં અત્યંત કેન્દ્રિય, અમલદારશાહી સરકાર હતી, જેમાંથી મોટાભાગની સ્થાપના ત્રીજા મુઘલ સમ્રાટ અકબરના શાસન દરમિયાન કરવામાં આવી હતી. કેન્દ્ર સરકાર મુઘલ બાદશાહની આગેવાની હેઠળ તરત જ ચાર મંત્રાલયો હતા. નાણા/મહેસૂલ મંત્રાલય સામ્રાજ્યના પ્રદેશોમાંથી આવકને નિયંત્રિત કરવા, કરની આવકની ગણતરી કરવા અને સોંપણીઓનું વિતરણ કરવા માટે આ માહિતીનો ઉપયોગ કરવા માટે જવાબદાર હતું. લશ્કરી મંત્રાલયનું નેતૃત્વ મીર બખ્શી નામના અધિકારી દ્વારા કરવામાં આવ્યું હતું, જે લશ્કરી સંગઠન, સંદેશવાહક સેવા અને મનસબદારી પ્રણાલીનો હવાલો સંભાળતા હતા.

કાયદા/ધાર્મિક સમર્થનનો હવાલો સંભાળતા મંત્રાલય સદર અસ-સુદ્રની જવાબદારી હતી, જેમણે ન્યાયાધીશોની નિમણૂક કરી અને સખાવતી સંસ્થાઓ અને સ્ટાઇપેન્ડનું સંચાલન કર્યું. અન્ય મંત્રાલય શાહી ઘરગથ્થુ અને જાહેર કાર્યોને સમર્પિત હતું. સામ્રાજ્યને સુબા (પ્રાંતો)માં વિભાજિત કરવામાં આવ્યું હતું, જેમાંના દરેકનું નેતૃત્વ સુબાદાર તરીકે ઓળખાતા પ્રાંતીય ગવર્નર દ્વારા

કરવામાં આવ્યું હતું. કેન્દ્ર સરકારનું માળખું પ્રાંતીય સ્તરે પ્રતિબિંબિત કરવામાં આવ્યું હતું; દરેક સુબાના પોતાના બખ્શી, સદર અસ-સુદર અને નાણા મંત્રી હતા જે સુબાદારને બદલે સીધી કેન્દ્ર સરકારને જાણ કરતા હતા. સુબાઓને સરકાર તરીકે ઓળખાતા વહીવટી એકમોમાં પેટાવિભાજિત કરવામાં આવ્યા હતા, જે આગળ પરગણા તરીકે ઓળખાતા ગામોના જૂથોમાં વહેંચાયેલા હતા.

પરગણામાં મુઘલ સરકારમાં મુસ્લિમ ન્યાયાધીશ અને સ્થાનિક ટેક્સ કલેક્ટરનો સમાવેશ થતો હતો. મુઘલો પાસે બહુવિધ શાહી રાજધાની હતી, જે તેમના શાસન દરમિયાન સ્થાપિત થઈ હતી. આ આગ્રા, દિલ્હી, લાહોર અને ફતેહપુર સીકરી શહેરો હતા. આ રાજધાનીઓ વચ્ચે સત્તા ઘણીવાર આગળ અને પાછળ બદલાતી રહે છે. કેટલીકવાર રાજકીય અને સૈન્ય માંગણીઓ દ્વારા આની આવશ્યકતા હતી, પરંતુ વૈચારિક કારણોસર અથવા તો નવી મૂડીની સ્થાપનાનો ખર્ચ નજીવો હોવાને કારણે પણ ફેરફાર થયો હતો. મુઘલ ઈતિહાસમાં એક સાથે બે રાજધાની હોય તેવી સ્થિતિ ઘણી વખત બની છે.

અમુક શહેરોએ ટૂંકા ગાળાની, પ્રાંતીય રાજધાની તરીકે પણ સેવા આપી હતી, જેમ કે ઔરંગઝેબના ડેક્કનમાં ઔરંગાબાદમાં સ્થળાંતર થયો હતો. કાબુલ 1526 થી 1681 સુધી મુઘલોની ઉનાળાની રાજધાની હતી. શાહી શિબિર, લશ્કરી અભિયાનો અને શાહી પ્રવાસો માટે ઉપયોગમાં લેવાતી, એક પ્રકારની મોબાઇલ, "ડિ-ફેક્ટો" વહીવટી મૂડી તરીકે પણ કામ કરતી હતી. અકબરના સમયથી, મુઘલ છાવણીઓ વિશાળ પ્રમાણમાં હતી, જેમાં શાહી દરબાર સાથે સંકળાયેલા અસંખ્ય વ્યક્તિઓ તેમજ સૈનિકો અને મજૂરો હતા. તમામ વહીવટ અને શાસન તેમની અંદર જ ચાલતું હતું. મુઘલ સમ્રાટોએ તેમના શાસનકાળનો નોંધપાત્ર હિસ્સો આ શિબિરોમાં વિતાવ્યો હતો. ઔરંગઝેબ પછી, મુઘલ રાજધાની નિશ્ચિતપણે શાહજહાનાબાદ (આજની જૂની દિલ્હી) નું કોટ શહેર બની ગયું હતું.

- **બહાદુર શાહ II**

1842 હેઠળ દિલ્હી મુઘલ સામ્રાજ્યની કાનૂની વ્યવસ્થા સંદર્ભ-વિશિષ્ટ હતી અને સામ્રાજ્યના શાસન દરમિયાન તેનો વિકાસ થયો હતો. મુસ્લિમ રાજ્ય હોવાને કારણે, સામ્રાજ્યમાં ફિકહ (ઇસ્લામિક ન્યાયશાસ્ત્ર) નો ઉપયોગ કરવામાં આવ્યો હતો અને તેથી ઇસ્લામિક કાયદાની મૂળભૂત સંસ્થાઓ જેમ કે કાદી (ન્યાયાધીશ), મુફ્તી (ન્યાય સલાહકાર), અને મુહતાસિબ (સેન્સર અને માર્કેટ સુપરવાઇઝર) સારી રીતે સ્થાપિત હતી. મુઘલ સામ્રાજ્ય. જો કે, ન્યાયનું વિતરણ અન્ય પરિબળો પર પણ આધાર રાખે છે, જેમ કે વહીવટી નિયમો,

સ્થાનિક રિવાજો અને રાજકીય સગવડ.

આ મુઘલ વિચારધારા પર પર્સિયન પ્રભાવને કારણે હતું, અને હકીકત એ છે કે મુઘલ સામ્રાજ્ય બિન-મુસ્લિમ બહુમતી પર શાસન કરે છે. મુઘલ સામ્રાજ્ય ન્યાયશાસ્ત્રની સુન્ની હનાફી પદ્ધતિને અનુસરતું હતું. તેના પ્રારંભિક વર્ષોમાં, સામ્રાજ્ય તેના પુરોગામી, દિલ્હી સલ્તનત પાસેથી વારસામાં મળેલા હનફી કાનૂની સંદર્ભો પર આધાર રાખતું હતું. તેમાં અલ-હિદયાહ (શ્રેષ્ઠ માર્ગદર્શન) અને ફતવા અલ-તતારખાનીયા (અમીર તતારખાનના ધાર્મિક નિર્ણયો)નો સમાવેશ થાય છે. મુઘલ સામ્રાજ્યના શિખર દરમિયાન, ફતવા 'આલમગીરી સમ્રાટ ઔરંગઝેબ દ્વારા શરૂ કરવામાં આવ્યો હતો. હનાફી કાયદાના આ સંગ્રહે મુઘલ રાજ્ય માટે કેન્દ્રીય સંદર્ભ તરીકે સેવા આપવાનો પ્રયાસ કર્યો જે દક્ષિણ એશિયાના સંદર્ભની વિશિષ્ટતાઓ સાથે વ્યવહાર કરે છે.

મુઘલ સામ્રાજ્ય પણ રાજાશાહીની પર્સિયન ધારણાઓ પર દોર્યું. ખાસ કરીને, આનો અર્થ એ થયો કે મુઘલ સમ્રાટને કાનૂની બાબતોમાં સર્વોચ્ચ સત્તા માનવામાં આવતી હતી. મુઘલ સામ્રાજ્યમાં વિવિધ પ્રકારની અદાલતો અસ્તિત્વમાં હતી. આવી જ એક અદાલત કાદીની હતી. મુઘલ કાદી ન્યાય આપવા માટે જવાબદાર હતા; આમાં વિવાદોનું સમાધાન, ગુનાઓ માટે લોકોનો ન્યાય કરવો અને વારસો અને અનાથ સાથે વ્યવહાર કરવાનો સમાવેશ થાય છે. દસ્તાવેજોના સંદર્ભમાં કાદીનું વધારાનું મહત્વ પણ હતું, કારણ કે ખત અને ટેક્સ રેકોર્ડને માન્ય કરવા માટે કાદીની સીલ જરૂરી હતી. કાદિસે એક જ પદની રચના કરી ન હતી, પરંતુ વંશવેલો બનાવ્યો હતો. ઉદાહરણ તરીકે, સૌથી મૂળભૂત પ્રકાર પરગણા (જિલ્લો) કાદી હતો. વધુ પ્રતિષ્ઠિત હોદ્દાઓ કાદી અલ-કુદાત (ન્યાયાધીશોના ન્યાયાધીશ)ના હતા જેઓ મોબાઈલ શાહી છાવણીની સાથે હતા અને કાદી-ચી લશ્કર (સેનાના ન્યાયાધીશ) હતા. કાદીઓની નિમણૂક સામાન્ય રીતે સમ્રાટ અથવા સદર-ઉસ-સુદ્ર (સખાવતી સંસ્થાઓના વડા) દ્વારા કરવામાં આવતી હતી. કાદીના અધિકારક્ષેત્રનો લાભ મુસ્લિમો અને બિન-મુસ્લિમો એકસરખા રીતે મેળવતા હતા.

જાગીરદાર (સ્થાનિક કર કલેક્ટર) એ અન્ય પ્રકારનો અધિકારી હતો, ખાસ કરીને ઉચ્ચ દાવના કેસ માટે. મુઘલ સામ્રાજ્યના લોકો પણ તેમની ફરિયાદો ઉચ્ચ અધિકારીઓની અદાલતોમાં લઈ જતા હતા, જેઓ સ્થાનિક કાદી કરતાં વધુ સત્તા અને દંડાત્મક સત્તા ધરાવતા હતા. આવા અધિકારીઓમાં કોટવાલ (સ્થાનિક પોલીસ), ફોજદાર (બહુવિધ જિલ્લાઓ અને સૈનિકોની ટુકડીઓનું નિયંત્રણ કરતો અધિકારી), અને સૌથી શક્તિશાળી, સુબહદાર (પ્રાંતીય ગવર્નર) નો સમાવેશ થતો હતો. કેટલાક કિસ્સાઓમાં, બાદશાહે પોતે જ સીધો

ન્યાય આપ્યો. જહાંગીરે આગ્રાના કિલ્લામાં "ન્યાયની સાંકળ" સ્થાપિત કરી હોવાનું જાણીતું હતું કે જે કોઈપણ પીડિત વિષય બાદશાહનું ધ્યાન ખેંચવા અને અધિકારીઓની બિનકાર્યક્ષમતાને બાયપાસ કરવા માટે હલાવી શકે છે. સમુદાય અથવા ગ્રામ્ય સ્તરે કાર્યરત સ્વ-નિયમનકારી ટ્રિબ્યુનલ સામાન્ય હતી, પરંતુ તેમાંના છૂટાછવાયા દસ્તાવેજો અસ્તિત્વમાં છે. ઉદાહરણ તરીકે, મુઘલ યુગમાં પંચાયતો (ગ્રામ પરિષદો) કેવી રીતે કાર્યરત હતી તે સ્પષ્ટ નથી.

• **મુઘલ સામ્રાજ્યની અર્થવ્યવસ્થા**

મુઘલ અર્થતંત્ર વિશાળ અને સમૃદ્ધ હતું. મુઘલ યુગ દરમિયાન, 1600માં ભારતનું ગ્રોસ ડોમેસ્ટિક પ્રોડક્ટ (જીડીપી) વિશ્વના અર્થતંત્રના 22% હોવાનો અંદાજ હતો, જે માત્ર ચીન (મિંગ યુગ) પછી વિશ્વમાં બીજા નંબરનો સૌથી મોટો હતો, પરંતુ યુરોપ કરતાં પણ મોટો હતો. 1700 સુધીમાં, ભારતનો જીડીપી વિશ્વના અર્થતંત્રના 24% સુધી વધી ગયો હતો, જે વિશ્વની સૌથી મોટી છે, જે ચીન (ક્વિંગ યુગ) અને પશ્ચિમ યુરોપ બંને કરતાં મોટી છે. ભારત 1750 સુધી વિશ્વના 24.5% ઉત્પાદન ઉત્પાદન કરતું હતું. ભારતની જીડીપી વૃદ્ધિ 1500-1820 સમયગાળામાં વધી હતી, જે 1-1000 અને 1000-1500 સમયગાળા કરતાં વધુ ઝડપથી વૃદ્ધિ પામી હતી. ભારતના અર્થતંત્રને ઔદ્યોગિક ક્રાંતિ પહેલા 18મી સદીના પશ્ચિમ યુરોપની જેમ પ્રોટો-ઔદ્યોગિકીકરણના સ્વરૂપ તરીકે વર્ણવવામાં આવ્યું છે. મુઘલો એક વ્યાપક માર્ગ વ્યવસ્થા બનાવવા, એક સમાન ચલણ બનાવવા અને દેશના એકીકરણ માટે જવાબદાર હતા. મુઘલો દ્વારા સમગ્ર સામ્રાજ્યમાં નગરો અને શહેરોને જોડતા રસ્તાઓની ડિઝાઇન, નિર્માણ અને જાળવણી કરવામાં આવી હતી, જેનાથી વેપાર આચરવામાં સરળતા રહે છે.

• **ઔરંગઝેબનો સિક્કો**

કાબુલમાં ટંકશાળિત, તારીખ 1691 મુઘલોએ તેમના ટૂંકા શાસન દરમિયાન સુર સમ્રાટ શેરશાહ સૂરી દ્વારા રજૂ કરાયેલ રૂપિયો (રૂપિયા, અથવા ચાંદી) અને ડેમ (તાંબુ) ચલણો અપનાવ્યા અને તેનું પ્રમાણીકરણ કર્યું. અકબરના શાસનની શરૂઆતમાં આ ચલણ શરૂઆતમાં 48 ડેમથી એક રૂપિયાનું હતું. પાછળથી 1580ના દાયકામાં 38 ડેમથી એક રૂપિયાના ડેમ બન્યા, તાંબાના નવા ઔદ્યોગિક ઉપયોગના પરિણામે 17મી સદીમાં ડેમની કિંમતમાં વધુ વધારો

થયો, જેમ કે કાંસાના તોપો અને પિત્તળના વાસણોમાં. ડેમ શરૂઆતમાં અકબરના સમયમાં સૌથી સામાન્ય સિક્કો હતો, તે પહેલા તેના પછીના શાસનમાં સૌથી સામાન્ય સિક્કા તરીકે રૂપિયા દ્વારા બદલવામાં આવ્યો હતો. ડેમનું મૂલ્ય બાદમાં જહાંગીરના શાસનના અંતમાં 30 થી એક રૂપિયાનું હતું અને પછી 1660 સુધીમાં 16 રૂપિયાથી એક રૂપિયાનું હતું.

મુઘલોએ ઉચ્ચ શુદ્ધતાવાળા સિક્કા બનાવ્યા, જે ક્યારેય 96% થી નીચે ન ઉતર્યા અને 1720 ના દાયકા સુધી નીચાણ વગર. ભારત પાસે સોના અને ચાંદીનો પોતાનો સ્ટોક હોવા છતાં, મુઘલોએ પોતાનું ન્યૂનતમ સોનું ઉત્પાદન કર્યું, પરંતુ મોટાભાગે આયાતી બુલિયનમાંથી સિક્કા બનાવ્યા, સામ્રાજ્યની મજબૂત નિકાસ આધારિત અર્થવ્યવસ્થાના પરિણામે, ભારતીય કૃષિ અને ઔદ્યોગિક ઉત્પાદનોની વૈશ્વિક માંગ સાથે. ભારતમાં કિંમતી ધાતુઓનો સતત પ્રવાહ. મુઘલ ભારતની લગભગ 80% આયાત બુલિયનની હતી, જેમાં મોટાભાગે ચાંદી હતી, જેમાં ન્યૂ વર્લ્ડ અને જાપાન સહિત આયાતી બુલિયનના મુખ્ય સ્રોત હતા, જે બદલામાં બંગાળ સુબા પ્રાંતમાંથી મોટા જથ્થામાં કાપડ અને સિલ્કની આયાત કરતા હતા.

ખુબ આભાર

આ પુસ્તક વાંચવા માટે તમારું ખુબ આભાર,આ પુસ્તક વાંચવા મિત્રો ને એસ બર્થડે ગિફ્ટ આપવા.